പ്രകൃതിയും ആയുർവ്വേദവും

prakrithiyum ayurvedavum

•

dr. k jyothilal

•

first edition
january 2018

•

typesetting & published
chintha publishers, thiruvananthapuram

•

cover
v c abhilash

വിതരണം

ദേശാഭിമാനി ബുക്ക് ഹൗസ്

H O തിരുവനന്തപുരം-695 035
phone: 0471-2303026, 6063026
www.chinthapublishers.com
chinthapublishers@gmail.com

ബ്രാഞ്ചുകൾ

ഹെഡ്ഡാഫീസ് ബ്രാഞ്ച് കുന്നുകുഴി • സ്റ്റാച്യു തിരുവനന്തപുരം • കെ എസ് ആർ ടി സി ബസ് സ്റ്റേഷൻ ആലപ്പുഴ • കെ എസ് ആർ ടി സി ബസ് സ്റ്റേഷൻ എറണാകുളം • മച്ചിങ്ങൽ ലെയ്ൻ തൃശൂർ • ഐ ജി റോഡ് കോഴിക്കോട് • മാവൂർ റോഡ് കോഴിക്കോട് • എൻ ജി ഒ യൂണിയൻ ബിൽഡിങ് കണ്ണൂർ • സെൻട്രൽ ബസ് ടെർമിനൽ കോംപ്ലക്സ് താവക്കര കണ്ണൂർ

CO - 2800 / 4515
ISBN - 978-93-86637-73-4

പ്രകൃതിയും ആയുർവ്വേദവും

ഡോ. കെ ജ്യോതിലാൽ

ചിന്ത പബ്ലിഷേഴ്സ്
തിരുവനന്തപുരം-695 035

ഡോ. കെ ജ്യോതിലാൽ

കൊല്ലം പെരിനാട് (ചിറ്റയം) സേവാ സദനത്തിൽ കെ കുഞ്ഞുരാമൻ വൈദ്യരുടെ ദ്വിതീയ പുത്രനാണ്. കേരളത്തിലെ പ്രഥമ ആയുർവേദ വിദ്യാഭ്യാസ ഡയറക്ടറായിരുന്ന ഡോ. പി കെ മോഹൻലാൽ ജേഷ്ഠസഹോദരനാണ്.

ഡോ. കെ ജ്യോതിലാൽ തിരുവനന്തപുരം ഗവ. ആയുർവ്വേദ കോളേജിൽനിന്നും 1977 ൽ ബി എ എം ബിരുദം നേടി. 1995 ൽ സ്വസ്ഥവൃത്തം എന്ന വിഷയത്തിൽ കേരളസർവ്വകലാശാലയിൽ നിന്നും ബിരുദാനന്തരബിരുദം MD (Ay) നേടി. തുടർന്ന് സ്വസ്ഥവൃത്തം ഡിപ്പാർട്ട്മെന്റിലെ റീഡറും പ്രൊഫസറും ഡിപ്പാർട്ട്മെന്റ് മേധാവിയുമായി. 75 ൽ പരം പി ജി തീസിസുകൾ ഗൈഡ് ചെയ്തിട്ടുണ്ട്. 2008 ഏപ്രിൽ 30 ന് സർവ്വീസിൽ നിന്ന് വിരമിച്ചു. തൃപ്പൂണിത്തുറ, കണ്ണൂർ ഗവ. ആയുർവ്വേദ കോളേജുകളിലും അദ്ധ്യാപകനായി ജോലി നോക്കിയിട്ടുണ്ട്.

അഖില കേരള ഗവ. ആയുർവ്വേദകോളേജ് ആദ്ധ്യാപക സംഘടന യുടെ ജനറൽ സെക്രട്ടറി, സംസ്ഥാന പ്രസിഡന്റ് എന്നീ പദവികൾ വഹിച്ചിട്ടുണ്ട്. കേരള ശാസ്ത്രസാഹിത്യപരിഷത്, സംഘവേദി, കേരള സാക്ഷരതായജ്ഞത്തിന്റെ തിരുവനന്തപുരം നഗരസഭാ കൺവീനർ എന്നിങ്ങനെ വിവിധ തലങ്ങളിൽ ഡോ. ജ്യോതിലാൽ പ്രവർത്തിച്ചിട്ടുണ്ട്. കേരളസർവ്വകലാശാല യു ജി ബോർഡ് ഓഫ് സ്റ്റഡീസ് അംഗം, പി ജി ബോർഡ് ഓഫ് സ്റ്റഡീസ് അംഗം, ഫാക്കൽറ്റി മെമ്പർ, അക്കാഡമിക് കൗൺസിൽ അംഗം എന്നീ നിലകളിലും പ്രവർത്തിച്ചിട്ടുണ്ട്. രാജീവ്ഗാന്ധി യൂണിവേഴ്സിറ്റിയുടെ കീഴിൽ സ്വസ്ഥവൃത്തം എക്സാമിനറും ബനാറസ് ഹിന്ദു യൂണിവേഴ്സിറ്റിയുടെ സ്വസ്ഥവൃത്തം വിഭാഗം ഫാക്കൽറ്റി മെമ്പറുമായിരുന്നു. കേരള യൂണിവേഴ്സിറ്റി ഓഫ് ഹെൽത്ത് സയൻസസിന്റെ റിസർച്ച് അഡ്വൈസറി അംഗവും പി ജി ബോർഡ് ഓഫ് സ്റ്റഡീസ് അംഗവുമാണ്. ഡോ. ജ്യോതിലാൽ രചിച്ച *ഇമ്മ്യൂണൈസേഷൻ ആധുനികവും ആയുർവേദവും* എന്ന പുസ്തകത്തിന് കേരളശാസ്ത്രസാങ്കേതിക പരിസ്ഥിതി കമ്മിറ്റിയുടെ അവഗാഹ പഠനത്തിനുള്ള സയൻസ് ലിറ്ററേച്ചർ അവാർഡ് 2011 ൽ ലഭിച്ചു. 2011 ൽ കേരള സർക്കാരിന്റെ ധന്വന്തരി അവാർഡിനും അർഹനായി. അസോസിയേഷൻ ഓഫ് സ്പെഷ്യലിസ്റ്റിസ് ഇൻ പ്രിവന്റീവ് മെഡിസിൻ ഇൻ ആയുർവ്വേദയുടെ പേട്രേൺ ആണ്. ആയുർവ്വേദ സീനിയർ ഫാക്കൽറ്റീസ് ആന്റ് റിസർച്ചേഴ്സ് അസോസിയേഷന്റെ സംസ്ഥാന പ്രസിഡൻറായി പ്രവർത്തിച്ചുവരുന്നു. ആനുകാലിക പ്രസിദ്ധീകരണ ങ്ങളിൽ നിരവധി ലേഖനങ്ങൾ ഡോ. ജ്യോതിലാലിന്റേതായി പ്രസിദ്ധീകരിച്ചിട്ടുണ്ട്.

സഹധർമ്മിണി : ഡോ. ഡി ശ്രീകുമാരി MSc (Ng) Ph.D
(ആലപ്പുഴ ഗവ. മെഡിക്കൽ കോളേജിലെ കോളേജ് ഓഫ് നഴ്സിങ് പ്രിൻസിപ്പളായി വിരമിച്ചു.)

മക്കൾ : ഡോ. എസ് തുഷാരലാൽ, ഡോ. ജെ കിഷോർലാൽ.

മരുമകൻ : ബിമൽ.

മരുമകൾ : ഡോ. ദിനു.

ഉള്ളടക്കം

പ്രസാധകക്കുറിപ്പ്

ദേശാഭിമാനി ദിനപ്പത്രത്തിലെ 'കിളിവാതിൽ' എന്ന പംക്തിയിൽ 2015 മാർച്ചു മുതൽ തുടർച്ചയായി പ്രസിദ്ധീകരിച്ച ലേഖനങ്ങളാണ് പ്രകൃതിയും ആയുർവ്വേദവും. ഇതിൽ 13 അദ്ധ്യായങ്ങളിലായി കാറ്റ്, മഴ, നദികൾ, മലകൾ, പർവ്വതങ്ങൾ, ധാതുലവണങ്ങൾ എന്നിങ്ങനെ പ്രകൃതിയുടെ വിവിധ ഘടകങ്ങൾ ആയുർവ്വേദ ചികിത്സയെയും ജീവിതത്തെയും എങ്ങനെ സ്വാധീനിക്കുന്നുവെന്ന് കാണിച്ചു തരുന്നു. ചികിത്സയുടെയും ജീവിതത്തിന്റെയും സൂക്ഷ്മതല സ്വാധീനത്തെയാണ് ഇതു പ്രതിപാദിക്കുന്നത്.
ആരോഗ്യശാസ്ത്ര വിദ്യാർത്ഥികൾക്കും സാധാരണക്കാർക്കും ഈ പുസ്തകം പ്രയോജനപ്രദമായിരിക്കും. പ്രശസ്ത ആയുർവ്വേദ ഭിഷഗ്വരനും ഗവേഷകനുമായ ഡോ. കെ ജ്യോതിലാൽ രചിച്ച ഈ പുസ്തകം വായനക്കാർ സ്വീകരിക്കുമെന്ന ഉറപ്പോടെ.

ചിന്ത പബ്ലിഷേഴ്സ്

കാറ്റ്

ധ്രുവങ്ങളിലെ താപനില ഉയരുമ്പോൾ സംഭവിക്കുന്ന ന്യൂനമർദ്ദത്തിലേക്ക് വായു ശക്തിയായി പ്രവഹിക്കുന്നതാണ് 'കാറ്റ്' എന്ന് നമുക്കറിയാം. നീരാവി നിറഞ്ഞ വായുവാകുമ്പോൾ മഴയും ആവിർഭവിക്കുന്നു. കിഴക്കൻകാറ്റ് ഏല്ക്കാൻ പാടില്ല എന്ന് ആയുർവ്വേദ വിധിയുണ്ട്. വിവിധ ദിശകളിൽ നിന്നു വീശുന്ന കാറ്റിനെ സുശ്രുതൻ ഇങ്ങനെ ഗുണവിശകലനം നടത്തിയിരിക്കുന്നു.

കിഴക്കൻകാറ്റ്

ലവണരസം നിറഞ്ഞിരിക്കും. തണുപ്പ് അധികരിച്ചിരിക്കും. രക്തം, പിത്തം, എന്നിവയെ ദുഷിപ്പിക്കും. മുറിവോ വ്രണമോ ഉള്ള രോഗിയിലും വിഷബാധയേറ്റിരിക്കുന്നവരിലും രോഗം അധികരിപ്പിക്കും. കഫപ്രകൃതിക്കാരിൽ രോഗങ്ങൾ മൂർച്ഛിക്കും. വാതപ്രകൃതിക്കാരെ ക്ഷീണിതരാക്കും. മിക്കദിവസവും ഉച്ചതിരിഞ്ഞു വീശുന്ന കാറ്റ് കിഴക്കൻ കാറ്റ് (east wind) ആണെന്നാണ് ആധുനിക അന്തരീക്ഷവിജ്ഞാനം (meteorology).

തെക്കൻകാറ്റ്

സാധാരണ ഒക്ടോബറിൽ വീശുന്ന കാറ്റ് (post monsoon wind) ആണിത്. തെക്കൻകാറ്റ് ലഘുത്വഗുണമുള്ളതാണ്. മധുരരസ പൂരിതമാകും. ആരോഗ്യസംവർദ്ധകമായ കാറ്റാണിത്. നേത്രങ്ങൾക്ക് ശക്തി നല്കും. ശരീരശക്തി പ്രദാനം ചെയ്യും. ശരീരാന്തഃസ്ഥിതമായ വായുവിനെ വർദ്ധിപ്പിക്കാതെ തന്നെ രക്തം, പിത്തം എന്നിവയുടെ പ്രവർത്തനം സുഗമമാക്കും.

അറേബ്യൻ സമുദ്രത്തിൽനിന്ന് ഏഷ്യാഭൂഖണ്ഡത്തിന്റെ ന്യൂനമർദ്ദ മേഖലകളിലേക്കു വരുന്ന വായുപ്രവാഹം പശ്ചിമഘട്ട മലനിരകളിൽ തട്ടി കേരളം ഉൾപ്പെടെയുള്ള ദേശങ്ങളിൽ കാറ്റായി വീശുന്നു. അതാണ് തെക്കൻ കാറ്റെന്ന് (south wind) ആധുനിക മതം.

പടിഞ്ഞാറൻ കാറ്റ്

ജൂൺമുതൽ സെപ്തംബർ വരെ (മൺസൂൺ കാലം) നമുക്ക് ലഭിക്കുന്നത് പ്രധാനമായും പടിഞ്ഞാറൻ കാറ്റാണ്. ഏറ്റവും ശുദ്ധിയുള്ള കാറ്റാണിത്. രൂക്ഷത ഏറും. സ്നിഗ്ദ്ധമായ അംശം കുറച്ച് ശരീരത്തെ ശോഷിപ്പിക്കും. സ്ഥിരമായി ഏറ്റാൽ കൊഴുപ്പിനെയും കഫത്തെയും വരട്ടും. ശരീരശക്തി കുറയ്ക്കും.

കടുത്ത സൂര്യതാപത്തിൽ താർ മരുഭൂമിയിലെയും ഏഷ്യാഭൂഖണ്ഡത്തിന്റെ തെക്കുഭാഗങ്ങളിലെയും വായു ഉയർന്നുപൊങ്ങുമ്പോൾ ഇന്ത്യൻ സമുദ്രത്തിൽനിന്ന് ഈർപ്പം നിറഞ്ഞ കാറ്റ് അവിടേക്കു തള്ളിക്കയറുന്നു. ഇത് ഹിമാലയപർവ്വതത്തിൽ തടയപ്പെടുകയും കാറ്റും മഴയുമായി ഏഷ്യാഭൂഖണ്ഡത്തിൽ പതിക്കുകയും ചെയ്യുന്നു. ഇതാണ് പടിഞ്ഞാറൻ കാറ്റ് (west wind) എന്നാണ് ആധുനിക വിജ്ഞാനം.

വടക്കൻകാറ്റ്

ഒക്ടോബറിലും ഡിസംബറിലും കേരളത്തിൽ വടക്കൻകാറ്റിന്റെ സാന്നിദ്ധ്യമുണ്ട്. ഇതും മഴക്കാലാനന്തര കാറ്റ് (post monsoon wind) എന്നുതന്നെയാണ് അറിയപ്പെടുന്നത്. മെഡിറ്ററേനിയൻ സമുദ്രത്തിന്റെ വടക്കുപടിഞ്ഞാറൻ മേഖലയിലെ ന്യൂനമർദ്ദത്തിലൂടെ രൂപപ്പെടുന്നു. തണുപ്പ് അധികരിച്ച കാറ്റാണിത്. സൗമ്യമാണ്. മധുരരസപൂരിതം ഏല്ക്കുന്നവർക്ക് ശരീരം ചുരുളുന്നതുപോലെ ഒരു സുഖകരമായ അവസ്ഥയുണ്ടാകും. ത്രിദോഷങ്ങളെ കോപിപ്പിക്കുകയില്ല. ശരീര അന്തഃസ്രവങ്ങളെ ത്വരിതപ്പെടുത്തും. ക്ഷയരോഗം, ശരീരശോഷം, വിഷം എന്നിവ ബാധിച്ചവർക്ക് രോഗശമനം നല്കാൻ പോന്ന ഗുണവീര്യം വടക്കൻ കാറ്റിനുണ്ട്.

മഴ

അന്തരീക്ഷജലം നാലുവിധമാണെന്നാണ് സുശ്രുതന്റെ കണ്ടെത്തൽ. ധാരം (rain) കാരം (hailstone- ആലിപ്പഴം), തുഷാരം (mist), ഹൈമം (ice).

അന്തരീക്ഷജലങ്ങളിൽ ഏറ്റവും ലഘുത്വഗുണം ഉള്ളതിനാൽ ധാരം തന്നെയാണ് ശ്രേഷ്ഠം. മഴവെള്ളത്തിന്റെ ഗുണങ്ങളെന്തെല്ലാമാണെന്നോ? ഉല്പാദനശേഷി ഉണ്ടാക്കും (ജീവനം) അതായത്, കുടിച്ചാൽ മനുഷ്യനും ഭൂമിയിൽ വീണാൽ സകലമാനവിത്തുകൾക്കും സസ്യജാലങ്ങൾക്കും വളർച്ച നല്കും. ഹൃദ്യമാണിത്. ഇഷ്ടപ്പെടുന്നത് എന്ന അർത്ഥത്തിൽ മാത്രമല്ല, ഹൃദയാവയവത്തിനും ഗുണകരം എന്ന വിശേഷാർത്ഥത്തിലാണ് ഹൃദ്യം എന്ന പ്രയോഗം. മഴവെള്ളം കുടിച്ചയാൾക്ക് അനിർവ്വചനീയമായ ആഹ്ലാദമാണ് ജനിക്കുക. ബുദ്ധിക്ക് നല്ല ഉണർവ്വുണ്ടാകും. അമൃതസമാനമായ ഈ മഴവെള്ളം അശേഷം കൊഴുപ്പില്ലാത്തതും നേർത്തിരിക്കുന്നതും തിരിച്ചറിയാൻ കഴിയാത്തവണ്ണമുള്ള ഏതോ രുചി അടങ്ങിയിരിക്കുന്നതിനാൽ അതിവിശേഷമായ സ്വാദ് തോന്നിപ്പിക്കുന്നതുമാണ്.

ആന്റി ഓക്സിഡന്റ് ഗുണമുള്ള നൈട്രേറ്റ്സ്, മിനറൽസ്, റെഡ്യൂസിങ് ഏജന്റ്സ് ഇവ മഴവെള്ളത്തിൽ മിതമായ തോതിലുണ്ടെന്ന് ആധുനിക വിശകലനമുണ്ട്. ആയതിനാൽ ക്യാൻസർ പ്രതിരോധിക്കാൻ മഴവെള്ളം ദിവ്യൗഷധമാണ്. ക്യാൻസറിന്റെ ചികിത്സയിലും ഇതു പരീക്ഷിക്കാവുന്നതാണ്. ചരകൻ പറയുന്നത് അന്തരീക്ഷത്തിൽ നിന്നുമുള്ള മഴവെള്ളം ഭൂമിയിൽ പതിക്കുന്നതിന് മുമ്പ് ഒരു നല്ല പാത്രത്തിലാക്കി പില്ക്കാലത്ത് കുടിക്കാൻ ഉപയോഗിച്ചുകൊള്ളാനാണ്. ഭൂമിയിൽ പതിച്ചാലോ പിന്നെ അതിന്റെ ശുദ്ധാശുദ്ധത ഭൂമി, കാലം, സൂര്യൻ,

ചന്ദ്രൻ, കാറ്റ് എന്നിവയെ ആശ്രയിച്ചാകും. എന്നുകരുതി എല്ലാ മഴവെള്ളവും കുടിക്കാൻ കൊള്ളാമെന്നു കരുതേണ്ട. മഴക്കാലത്ത് പെയ്യുന്നതും, എന്നാൽ ആദ്യത്തെ മഴയുടേതല്ലാത്തതുമായ മഴവെള്ളമേ ശേഖരിക്കാവൂ. അതിന്റെ ഗുണമാണ് മേല്പറഞ്ഞത്.

മഴ രണ്ടുതരമുണ്ടെന്ന് സകല ആയുർവ്വേദഗ്രന്ഥങ്ങളും സമർത്ഥിച്ചിട്ടുണ്ട്. ഗാംഗം, സാമുദ്രം എന്നിങ്ങനെ അതിനു പേരുമുണ്ട്. അതിൽ ഗാംഗം മാത്രമേ കുടിക്കാൻ കൊള്ളാവൂ. ഇത് 'ആശ്വയുജമാസ'ത്തിലാണു പെയ്യുക. ഇനി പകരം സാമുദ്രമാണ് പെയ്യുന്നതെങ്കിലോ, അത് ആശ്വയൂജ മാസത്തിൽ പെയ്യുന്നതാണെങ്കിൽമാത്രം ഉപയോഗിച്ചുകൊള്ളുക എന്നാണ് ഉപദേശം.

എന്താണ് ആശ്വയൂജ മാസത്തിന്റെ പ്രത്യേകത? ഗാംഗവും സമുദ്രവും എങ്ങനെ തിരിച്ചറിയും? ഇതെല്ലാം ആയുർവ്വേദം വിശദമാക്കിയിട്ടുണ്ട്.

ശകവർഷമാസങ്ങളിലൊന്നാണ് ആശ്വയൂജം (ആശ്വിനം എന്നും പേരുണ്ട്) ഭാരതത്തിന്റെ അംഗീകൃത കലണ്ടർ ശകവർഷകലണ്ടറാണെന്നറിയുന്നവർ ചുരുക്കം. കേരളസർക്കാർ കലണ്ടറിനെ അടിസ്ഥാനമാക്കിയാൽ സെപ്തംബർ 23 മുതൽ ഒക്ടോബർ 22 വരെ (കന്നി 7 മുതൽ തുലാം 6 വരെ) യുള്ള ദിവസങ്ങളാണ് ആശ്വിനമാസത്തിൽ വരിക. കർക്കിടകത്തിലെ പെരുമഴ കഴിഞ്ഞ് ഓണത്തിന്റെ പൂനിലാവുമേറ്റ് ഭൂമിയാകെ സംശുദ്ധമാകുന്ന ദക്ഷിണായനത്തിന്റെ മദ്ധ്യകാലം. തുലാവർഷം വരാൻപോകുന്നു. അതിനുമുമ്പ് അന്തരീക്ഷം സുപ്രസന്നമായിരിക്കുന്ന ശരത്കാലമാണിത്. ആരോഗ്യദായകമായ തെക്കൻ കാറ്റിന്റെയും വടക്കൻകാറ്റിന്റെയും സുഖദ സാന്നിദ്ധ്യം പറഞ്ഞിട്ടുള്ളത് ശരത്കാലത്താണ്.

അശ്വനി നക്ഷത്രത്തോടുകൂടി പൗർണ്ണമി വരുന്നു എന്നതിനാലാണ് ഈ മാസത്തിന് ആശ്വയൂജം എന്നു പേരു കിട്ടിയത്. (അല്പശി എന്നും പറയും). ഭൂമിയിലെ എല്ലാറ്റിലേക്കും ഔഷധവീര്യം പകരുന്നത് ചന്ദ്രരശ്മികളാണെന്നതിനാൽ ചന്ദ്രനെ 'ഔഷധീഷൻ' എന്നു പരിഗണിച്ചിട്ടുണ്ട്. എന്നാൽ മറ്റൊന്നു കൂടി സംഭവിക്കുന്നുണ്ട്. അഗസ്ത്യ നക്ഷത്രോദയം. അഗസ്ത്യനക്ഷത്ര രശ്മികൾക്ക് വിഷങ്ങളുടെ വീര്യഹാനി വരുത്താൻ ശേഷിയുണ്ടെന്നാണ് ഋഷിവിജ്ഞാനം. അശ്വതി, നക്ഷത്രങ്ങളിലെ പ്രഥമസ്ഥാനീയനാണല്ലോ? അശ്വമുഖം പോലെ തോന്നുംവണ്ണം സ്ഥാനമുറപ്പിച്ചിട്ടുള്ള ഒരു കൂട്ടം നക്ഷത്രങ്ങളാണ് അശ്വതി. സൂര്യൻ ഭൂമദ്ധ്യരേഖയ്ക്ക് കൃത്യം മുകളിലായി കാണപ്പെടുമ്പോഴാണല്ലോ രാത്രിയും പകലും സമമായി വരിക. രണ്ടു തവണ മാത്രമേ ഇതു സംഭവിക്കുന്നുള്ളൂ. ഒന്ന് നമ്മുടെ പ്രഖ്യാതമായ വിഷുവിന് (മേടം 1) രണ്ട് തുലാം 7 ന് (സെപ്തംബർ 23) രണ്ടാമത്തെ വിഷുവായാണ് ഈ ദിനം പരിഗണിച്ചിരിക്കുന്നത്. കൃത്യം ഈ ദിവസം മുതലാണ് ആശ്വയൂജമാസം ആരംഭിക്കുന്നത്. അഥവാ അശ്വതി നക്ഷത്രഗണ രശ്മികൾ ഭൗമാന്തരീ

ക്ഷത്തിൽ നേരിട്ടു പതിക്കുന്നത്. അങ്ങനെ സൂര്യനും ചന്ദ്രനും അശ്വതി നക്ഷത്രക്കൂട്ടവും അഗസ്ത്യനക്ഷത്രവും സർവ്വതേജസ്വികളായി രശ്മികൾ പ്രസരിച്ചിരിക്കുന്ന കാലമാണിത്. ഈ പ്രതിഭാസം 30 ദിവസത്തോളം തുടരും. ഇവയുടെ രശ്മികളേറ്റ് മഴയുടെ ഓരോ തുള്ളിയും സംശുദ്ധീകരിക്കപ്പെടുന്നതിനാലാണ് ഈ കാലത്തെ മഴവെള്ളം ഉത്തമമായി പരിഗണിച്ചിരിക്കുന്നത്. ആ മഴയാണ് ഗാംഗം. സാമുദ്രമഴയായാലും ഈ കാലത്തു പെയ്യുന്നത് സംശുദ്ധീകരിക്കപ്പെടുമെന്നതിനാലാണ് ആയുർവ്വേദം അതും ഉപയോഗിച്ചുകൊള്ളുക എന്ന വിട്ടുവീഴ്ചയ്ക്കു തയ്യാറായിരിക്കുന്നതെന്നു സാരം. ഈ ശരത്കാലത്ത് ഭൗമസ്രോതസ്സുകളിൽനിന്നുള്ള ജലംപോലും ശുദ്ധമാകും.

ഗാംഗ - സാമുദ്ര പരീക്ഷ

ഭൂജലാശയങ്ങളിൽനിന്നുള്ള നീരാവിയാണല്ലോ മഴയായി പെയ്യുക. ഇതിൽ ഗംഗാനദി ഉൾപ്പെടെയുള്ള നദികളിൽനിന്ന് ഉയരുന്ന നീരാവി അടങ്ങിയ കാർമേഘക്കൂട്ടം മഴപെയ്യുന്നതാണ് ഗാംഗം. സമുദ്രം ഉൾപ്പെടെയുള്ള ഇതരജലാശയങ്ങളിൽനിന്നുള്ള നീരാവി ഉതിർക്കുന്ന മഴയാണ് സാമുദ്രം. നിർമ്മലമായ ഒരുരുള ചെന്നെല്ലരിച്ചോറ് ഒരു വെള്ളിപ്പാത്രത്തിൽ വച്ച് ഒരു മുഹൂർത്തം (48 മിനിട്ട്) മഴയേല്പിച്ചാൽ അത് നുലയുകയോ നിറഭേദം വരാതിരിക്കുകയോ ചെയ്യുന്നുവെങ്കിൽ ആ മഴ ഗാംഗമാണ്. നേരെ മറിച്ചുള്ളത് സാമുദ്രവും.

മഴവെള്ളത്തിനു പകരം:

മഴവെള്ളം ശേഖരിക്കാൻ പറ്റുന്നില്ലെങ്കിൽ ശുചിയുള്ളതും പരപ്പുള്ളതും കറുപ്പും വെളുപ്പും കലർന്ന മണ്ണുള്ള സ്ഥലത്തുള്ളതും വെയിലും കാറ്റുമേറ്റു കിടക്കുന്നതുമായ വെള്ളമേ കുടിക്കാനും പാചകം ചെയ്യാനും ഉപയോഗിക്കാവൂ എന്ന് കർശനനിർദ്ദേശമുണ്ട്. 'ഫേനിലം ജന്തുമത്തപ്തം ദന്തഗ്രാഹ്യതി ശൈത്യേഃ' എന്നുതുടങ്ങി കുടിക്കാൻ പാടില്ലാത്ത ജലത്തെക്കുറിച്ച് വിവരണമുണ്ട്. പതകളുള്ളതും അണുകൃമികളുള്ളതും ചൂടുപിടിച്ചു കിടക്കുന്നതും അധികം തണുപ്പുള്ളതിനാൽ പല്ലുകോച്ചുന്നതും ചിലന്തി തുടങ്ങിയ ജന്തുക്കളുടെ വല, മലം, മൂത്രം, വിഷം ഇവ കാണപ്പെടുന്നതുമായ വെള്ളം കുടിക്കരുത്. കുടിച്ചാൽ തണ്ണീർ ദാഹം, വയറുപെരുക്കം, മഹോദരം, ജ്വരം, അതിസാരം, ഛർദ്ദി തുടങ്ങിയ പല രോഗങ്ങളും പിടിപെടും. ഭൗമജലം 7 തരമുണ്ട്. കൗപം (കിണറ്റിലെ ജലം), നാദേയം (നദിയിലെ ജലം), സാരസം (കായലിലെ ജലം), തടാകം (തടാകത്തിലെ ജലം), പ്രാസ്രവണം (അരുവിയിലെ ജലം), ഔദ്ഭിദം (ഉറവയിലെ ജലം), ചൗണ്ഡ്യം (കുളത്തിലെ ജലം) എന്നിവയാണവ. വാപി (ഇറങ്ങിക്കോരാവുന്ന കിണർ) കൂടി ചേർത്ത് അഷ്ടാംഗ സംഗ്രഹകാരൻ 8 തരമാണ് പറഞ്ഞിട്ടുള്ളത്.

നദികളും മലകളും

'യത്രനാസ്തി സജലാ നദീ, മിത്ര തത്ര ന വസ്തവ്യം' ജലസമ്പൂർണ്ണമായ നദി എവിടെ ഇല്ലയോ അവിടെ മനുഷ്യവാസംതന്നെയുണ്ടാകുന്നില്ല എന്ന നീതിസാര തത്ത്വത്തെ അന്വർത്ഥമാക്കുന്നതാണ് ആയുർവ്വേദത്തിലെ നദീ നിരൂപണം. അതിവേഗം പടിഞ്ഞാറോട്ടൊഴുകി സമുദ്രത്തിലേക്കെത്തുന്നതും നിർമ്മലമായ ജലത്തോടുകൂടിയതുമായ നദീജലം ലഘുത്വഗുണം ആർജ്ജിക്കുന്നതിനാൽ കുടിക്കുന്നതിൽ വിരോധമില്ല. തെക്കോട്ടൊഴുകുന്ന നദിയിലെ ജലം മദ്ധ്യമഗുണമുള്ളതായതിനാൽ കുടിച്ചാൽ വലിയ ദോഷമൊന്നും ഉണ്ടാകുന്നില്ല. ഒഴുകുമ്പോൾ കല്ലിൽ തട്ടി ചിതറി നുറുങ്ങിയതുകൊണ്ട് ഘനം കുറയുന്ന ജലം ദോഷരഹിതമാകും.

നദീജലത്തിന്റെ ഗുണ-ദോഷങ്ങൾ അറിയാൻ അവയെ ഓരോന്നിനെയും പരിശോധിക്കുകയല്ല ആയുർവ്വേദം ചെയ്തിരിക്കുന്നത്. ഭാരതത്തിലെമ്പാടും ഒഴുകുന്ന നദികളുടെ സ്രോതസ്സുകളായ, വൻമലകളെ പരിശോധിച്ചാണ് ഉറവകളുടെ ഗുണനിരൂപണം നടത്തിയിട്ടുള്ളത്.

മലകൾ

ഹിമാലയം, മലയം സഹ്യൻ, വിന്ധ്യൻ, മഹേന്ദ്രം, പ്രാച്യാവന്തി, അപരാവന്തി, പാരിയാത്രം എന്നീ പർവ്വതങ്ങളിൽ നിന്ന് ഒഴുകുന്ന പ്രവാഹങ്ങളെക്കുറിച്ച് വിവരിച്ചിട്ടുണ്ട്. ഇപ്പറഞ്ഞ പർവ്വതങ്ങളിൽ ചിലതെങ്കിലും ആ പേരിലല്ല ഇപ്പോൾ അറിയപ്പെടുന്നത്. ആയതിനാൽ അവയുടെ പുതിയ നാമങ്ങൾകൂടി ചേർത്ത് താഴെ വിവരിക്കുന്നു.

ഹിമാലയം

ഹിമാലയത്തിൽനിന്ന് ഉത്ഭവിച്ചുണ്ടായ നദികളിലെ ജലം പഥ്യമായിട്ടുള്ളവയാണ്. പക്ഷേ, ആ നദികൾ ഒരിടത്ത് കെട്ടിനില്ക്കുന്നതായാൽ കൃമിരോഗം, മന്ത്, ഹൃദ്രോഗം, കണ്ഠരോഗം, ശിരോരോഗം ഇവയെ ഉണ്ടാക്കും. നൈനിറ്റാൾ സർവ്വകലാശാലയിലെ ഫോറസ്ട്രി ഡിപ്പാർട്ട്മെന്റും ബോട്ടണി ഡിപ്പാർട്ട്മെന്റും നടത്തിയ പഠനത്തിൽ ഹിമാലയത്തിന്റെ അകത്തടത്തിൽ നൈട്രജൻ ധാരാളമുണ്ട്. ഫോസ്ഫറസ്, പൊട്ടാസ്യം, മണ്ണിലടിഞ്ഞ കാർബൺ ഇവയും ധാരാളം. മണലിന് അസിഡിക് സ്വഭാവമാണ്. രോഗങ്ങൾ ഇവയുമായി ബന്ധപ്പെട്ടതാണോ എന്നു പരിശോധിക്കണം.

ഹിമാലയം 2250 കിലോമീറ്റർ വിസ്തൃതിയിൽ ഭൂട്ടാൻ, ചൈന, ഇന്ത്യ, നേപ്പാൾ, പാകിസ്ഥാൻ, അഫ്ഗാനിസ്ഥാൻ എന്നീ ആറു രാജ്യങ്ങളിലായി വ്യാപിച്ചു കിടക്കുകയാണ്. സിന്ധു, ഗംഗ, യമുന, ബ്രഹ്മപുത്ര, യാങ്സെ എന്നീ പ്രധാന നദികളും പഞ്ചസഹോദരികൾ എന്നറിയപ്പെടുന്ന ഝലം, ചെനാബ്, രവി, ബിയാസ്, സത്ലജ് എന്നീ നദികളും ഹിമാലയത്തിന്റെ വിവിധ ഭാഗങ്ങളിൽ നിന്ന് ഉത്ഭവിക്കുന്നുണ്ട്. (പക്ഷേ, 2/3 ഒഴുക്കും പാകിസ്ഥാനിലൂടെയാണ്). പോഷകനദികൾ അനേകമുണ്ട്. ഇവ ഒഴുകുന്ന ദേശങ്ങൾ മനസ്സിലാക്കിയാൽ, ഇവിടെ അധിവസിക്കുന്നവരിൽ മേല്പറഞ്ഞ രോഗങ്ങളുണ്ടെങ്കിൽ പ്രധാന കാരണം ആ നദികളെ ശരിയായി ഒഴുകാൻ അനുവദിക്കാതെ, അതിലെ ജലം ഉപയോഗിക്കുന്നതുകൊണ്ടാവാം എന്ന് അനുമാനിക്കാവുന്നതാണ്. നദികളെ സംരക്ഷിക്കുന്നതും ശ്രദ്ധാപൂർവ്വം പരിചരിക്കുന്നതും വഴി ഇനിയുള്ളവരിലെങ്കിലും രോഗം പിടിപെടാതെ സംരക്ഷിക്കാനാവുമല്ലോ. ആയതിനാൽ പുഴ ഒഴുകുംവഴി ഒന്ന് അറിഞ്ഞിരിക്കുക.

സിന്ധു: മാനസസരോവർ തടാകത്തിനു സമീപത്ത് ഉത്ഭവം. ലഡാക്കിന്റെ തെക്കു കിഴക്കു ഭാഗത്തു കൂടി ഒഴുകി ഗുർത്താങ് നദിയിൽ ചേർന്ന് ലേഹ്, മറോൾ, സ്കർദ്ധു, ബുഞ്ജെ എന്നീ പ്രദേശങ്ങളിലൂടെ സഞ്ചരിക്കുന്നു.

ഗംഗ: ഹിമാലയത്തിന്റെ ഗംഗോത്രിയിൽ നിന്ന് (ഗോമുഖ്) ആരംഭിച്ച് കാൺപൂർ, അലഹബാദ്, വാരണാസി, പട്ന, കൊൽക്കാത്ത, ഡാക്ക, ബംഗ്ലാദേശ് എന്നിവിടങ്ങളിലൂടെ ഒഴുകുന്നു. ഋഷികേശ്, ഹരിദ്വാർ, വാരണാസി, പ്രയാഗ് എന്നിവ ഗംഗാനദിയോടു ചേർന്ന പുണ്യസ്ഥലങ്ങൾ. ഇവിടങ്ങളിൽ ഭക്തസഹസ്രം കുടിക്കാനും കുളിക്കാനും മറ്റും ഗംഗാജലം ഉപയോഗിക്കുന്നുണ്ട്.

യമുന: ഹിമാലയത്തിന്റെ യമുനോത്രിയിൽനിന്ന് ആരംഭിച്ച് ഉത്തരാഞ്ചലിലൂടെ ഹിമാചൽപ്രദേശിന്റെ ഓരത്തുകൂടി ഉത്തർപ്രദേശ്, ഹരിയാന അതിർത്തി വഴി ഒഴുകുന്നു.

ബ്രഹ്മപുത്ര: കൈലാസത്തിലെ മാനസസരോവറിൽനിന്ന് പിറവിയെടുത്ത് തിബറ്റിലൂടെ ഭൂട്ടാൻ, അസം എന്നീ പ്രദേശങ്ങൾ വഴി ഒഴുകുന്നു.

ഝലം: വെർണാഗിൽനിന്ന് ഉത്ഭവിച്ച് കശ്മീർ, ജമ്മു, പഞ്ചാബ്, പാകിസ്ഥാൻ വഴി ഒഴുകി സിന്ധുവിൽ ലയിക്കുന്നു.

ചെനാബ്: ഒഴുകിയെത്തുന്ന് ചന്ദ്രനദിയും ഭഗനദിയും ഹിമാചൽ പ്രദേശിലെ ലൗഹാൾ പ്രദേശത്ത് ഒന്നിച്ചുചേർന്ന് ചെനാബ് നദിയായി ഒഴുകുകയാണ്.

ബിയാസ്: കുളു, ലാർജി, മാൻഡി, കംഗ്ര എന്നീ പ്രദേശങ്ങളിലൂടെ ഒഴുകുന്നു.

സത്‌ലജ്: കൈലാസത്തിൽനിന്ന് ഉത്ഭവിച്ച് ശിപ്കി, സാൻസ്കർ, കിന്നൗർ എന്നിങ്ങനെ സത്‌ലജിന്റെ വഴി നീളുന്നു.

മലയ, സഹ്യ, വിന്ധ്യ പർവ്വതങ്ങൾ

മലയം:

പശ്ചിമഘട്ട മലനിരകളിലൊന്നായ പോത്തിഗെ (അഗസ്ത്യമല) യാണ് മലയപർവ്വതം എന്നു കരുതാം. ഈ മലയിൽനിന്നുമാണ് താമ്രപർണി നദി ഉത്ഭവിക്കുന്നത്. താമ്രപർണി തിരുനെൽവേലി, തൂത്തുക്കുടി ജില്ലകളിലൂടെ ഒഴുകി പുന്നൈക്കായലിൽ ചേർന്ന് ബംഗാൾ ഉൾക്കടലിൽ ലയിക്കുന്നു. പേയാർ, ഉള്ളാർ, കരൈയാർ, ശെർവലാർ, പമ്പാർ എന്നിവ താമ്രപർണിയുടെ പോഷകനദികളാണ്. കുറ്റാലം വെള്ളച്ചാട്ടത്തിൽനിന്നുമുള്ള കൈവഴികളാണ് ചിറ്റാർ, മണിമുത്താർ, പച്ചൈയാർ എന്നിവ.

ഹിമാലയത്തിൽനിന്നുമുള്ള നദികൾക്ക് പറഞ്ഞിരിക്കുന്ന അതേ ഗുണങ്ങളും ദോഷങ്ങളുമാണ് മലയപർവ്വതത്തിൽ നിന്നുമുള്ള നദികൾക്കും ആയുർവ്വേദം പറഞ്ഞിട്ടുള്ളത്. ഗംഗതന്നെയാണ് താമ്രപർണി എന്ന് ഒരു ഐതിഹ്യമുള്ളത് ഇവിടെ ആലോചനാമൃതമാണ്.

ഇരുമ്പയിര്, മഗ്നീഷ്യം എന്നിവ ധാരാളമായി മലയപർവ്വതത്തിൽ അടങ്ങിയിട്ടുണ്ടെന്ന് ഖനന ഗവേഷകർ കണ്ടെത്തിയിട്ടുണ്ട്.

സഹ്യപർവ്വതം:

ഗുജറാത്ത്, മഹാരാഷ്ട്ര, ഗോവ, കർണ്ണാടക, തമിഴ്നാട്, കേരളം എന്നീ സംസ്ഥാനങ്ങളിലായി വ്യാപിച്ചുകിടക്കുന്ന സഹ്യപർവ്വതമാണ് പശ്ചിമഘട്ട മലനിരകൾ (Western ghats) എന്നറിയപ്പെടുന്നത്. സഹ്യ പർവ്വതത്തിൽനിന്ന് ഉത്ഭവിക്കുന്ന നദികൾ ത്വക് രോഗങ്ങൾ ഉണ്ടാക്കുന്നവയാണെന്ന് ആയുർവ്വേദം പറഞ്ഞിരിക്കുന്നു.

ഇരുമ്പയിര്, മാംഗനീസ്, ബോക്സൈറ്റ് എന്നിവ സഹ്യപർവ്വതത്തിൽ ധാരാളമായി അടങ്ങിയിട്ടുണ്ട്. ഇവ പല ഭാഗങ്ങളിൽനിന്നും ഖനനം ചെയ്യുന്നുമുണ്ട്. നദീജലത്തിൽ ഇവ കലർന്നിട്ടാണോ മേല്പറഞ്ഞ രോഗം ഉണ്ടാകുന്നതെന്ന് ഗവേഷണ വിഷയമാക്കാവുന്നതാണ്.

നിരവധി നദികൾ സഹ്യപർവ്വതത്തിൽനിന്ന് ഉത്ഭവിച്ച് പടിഞ്ഞാറോട്ട് അറബിക്കടലിലേക്കും കിഴക്കോട്ട് ബംഗാൾ ഉൾക്കടലിലേക്കുമായി ഒഴുകുന്നു. പടിഞ്ഞാറോട്ട് ഒഴുകുന്നവ വളരെ വേഗത്തിലും കിഴക്കോട്ടുള്ളവ സാവധാനത്തിലും ഒഴുകുന്നു. ഗോദാവരി, കൃഷ്ണ, കാവേരി തുടങ്ങി ദക്ഷിണേന്ത്യയിലെ പ്രധാന നദികളെല്ലാം കേരളത്തിലൂടെ ഒഴുകുന്ന 44 നദികളുൾപ്പെടെ സഹ്യപർവ്വതത്തിൽനിന്ന് ഉറവയിടുന്നവയാണ്.

വിന്ധ്യപർവ്വതം

ഗുജറാത്തിന്റെ പടിഞ്ഞാറു ഭാഗത്തുനിന്ന് ആരംഭിച്ച് ഇന്ത്യയുടെ മദ്ധ്യപ്രദേശത്തുള്ള വാരാണസിയിലെ ഗംഗാനദിക്കരയിൽ (ഉത്തർ പ്രദേശ്) അവസാനിക്കുന്ന പർവ്വതശൃംഖലയാണ് വിന്ധ്യപർവ്വതം. ഇന്ത്യ ദക്ഷിണഭാരതമെന്നും ഉത്തരഭാരതമെന്നും വേർതിരിക്കുന്നത് കിഴക്കു പടിഞ്ഞാറായി സ്ഥിതിചെയ്യുന്ന വിന്ധ്യപർവ്വതം അതിരാക്കിയാണ്. വിന്ധ്യപർവ്വതത്തിൽനിന്ന് ഉത്ഭവിക്കുന്ന നദികൾ ത്വക്‌രോഗങ്ങളും പാണ്ഡുരോഗവും (വിളർച്ച) ഉണ്ടാക്കും എന്ന് ആയുർവ്വേദം നിർണ്ണയിച്ചിരിക്കുന്നു.

സിലിക്കേറ്റ്, ക്ലോറൈഡ്, നൈട്രേറ്റ്സ്, ഫോസ്ഫറസ് എന്നിവ വലിയതോതിൽ വിന്ധ്യപർവ്വതത്തിൽ ഉണ്ടെന്ന് കണ്ടെത്തിയിട്ടുണ്ട്. ഇവയുടെ സാന്നിദ്ധ്യം ജലപ്രവാഹത്തിലുണ്ടാകുന്നതാണോ രോഗനിദാനം എന്നത് പഠന വിഷയമാക്കാവുന്നതാണ്.

പാർവ്വതീ നദി, കാളിസിന്ധ്, ബനാസ് നദി, നർമ്മദ, മഹാനദി, സൺ, തപതി എന്നിവ വിന്ധ്യനിൽനിന്ന് ഉത്ഭവിക്കുന്നു. ഇവയ്ക്ക് 39 ൽപ്പരം പോഷകനദികളുണ്ട്. ഇവയുടെ തീരങ്ങളിലാണ് മദ്ധ്യപ്രദേശ്, മഹാരാഷ്ട്ര, ഗുജറാത്ത്, എന്നീ സംസ്ഥാനങ്ങളിലെ ഭൂരിപക്ഷം ജനങ്ങളും പാർക്കുന്നത്.

മഹേന്ദ്ര പർവ്വതം

പശ്ചിമബംഗാൾ സംസ്ഥാനത്തിന്റെ ഉത്തരഭാഗത്തുനിന്ന് ആരംഭിച്ച് ഒഡീഷ, മദ്ധ്യപ്രദേശ് എന്നിവിടങ്ങളിൽക്കൂടി തമിഴ്നാടിന്റെ ദക്ഷിണ ഭാഗത്ത് അവസാനിക്കുന്നു പൂർവ്വഘട്ട മലകൾ (Eastern Ghats). ഈസ്റ്റേൺ ഗട്ടിന്റെ ഉത്തരഭാഗത്തുള്ള മലകളാണ് പണ്ട് മഹേന്ദ്ര പർവ്വതം എന്നറിയപ്പെട്ടിരുന്നത്. അശോകചക്രവർത്തിയുടെ കലിംഗ ദേശമാണ് ഇന്നത്തെ ഒഡീഷ. ഈ മലകളിൽനിന്ന് ഉത്ഭവിക്കുന്ന നദികൾ മന്ത്, മഹോദരം എന്നീ രോഗങ്ങളുണ്ടാക്കുമെന്ന് ആയുർവ്വേദ

നിഗമനമുണ്ട്.

അയൺ ഓക്സൈഡ്, മാംഗനീസ്, കരി, മൈക്ക എന്നിവ ധാരാളം ഈ മലയിലുണ്ടെന്നു കണ്ടെത്തിയിട്ടുണ്ട്. ജലപ്രവാഹത്തിൽ ഇവയുടെ സാന്നിദ്ധ്യം എത്രയുണ്ടെന്നും അവയും മേല്പറഞ്ഞ രോഗങ്ങളുമായി ബന്ധമുണ്ടോ എന്നും പരിശോധിക്കപ്പെടേണ്ടതാണ്.

വൈതരണീ നദി, ഭാർഗ്ഗവീനദി, ഋഷികുല്യാ നദി, മഹാനദി, കൃഷ്ണ, കാവേരി എന്നിങ്ങനെ 19 നദികളാണ് ഇവിടെ നിന്ന് ഉത്ഭവിക്കുന്നത്. ഭുവനേശ്വർ, കട്ടക്ക്, കൊനാരക്, പുരി എന്നിങ്ങനെയുള്ള സ്ഥലങ്ങൾ ഈ നദീതീരങ്ങളിലാണ്. മഹാനദിക്കരയിൽനിന്നു തുടങ്ങി നീലഗിരിവരെയുള്ള 1450 കിലോമീറ്റർ വിവിധ മലകളുടെ ശൃംഖല തന്നെയുണ്ട്. ശീരുമല, കരുന്തമല, കൊല്ലിമല, പച്ചൈമല, പാലമല എന്നിങ്ങനെ വിവിധ പേരുകളിൽ അറിയപ്പെടുന്നു. നിരവധി ചെറുനദികൾ ഇവയിൽനിന്ന് ഉറവയിടുന്നുണ്ട്. ഇവയെല്ലാം മേല്പറഞ്ഞ രോഗങ്ങളുടെ നിദാനം ഉൾക്കൊള്ളുന്നുണ്ടോ എന്നത് ആലോചനാവിഷയമാകുന്നു.

അവന്തിമല

ഒരു കാലത്ത് ഭാരതത്തിന്റെ പശ്ചിമ-മദ്ധ്യ പ്രദേശങ്ങൾ ഭരിച്ചിരുന്ന യാദവ രാജവംശത്തിന്റെ കീഴിലുള്ള സ്ഥലമായിരുന്നു അവന്തി. അന്ന് ഋഷവത് പർവ്വതം എന്നു വിളിച്ചിരുന്നത് ഇന്നത്തെ വിന്ധ്യനെയാണ്. ഇത് ആ പഴയ അവന്തി ദേശത്തിലായിരുന്നു. കിഴക്കൻ അവന്തി, പടിഞ്ഞാറൻ അവന്തി എന്നിങ്ങനെ അവന്തിയെ തിരിച്ചുകൊണ്ട് നേത്രാവദി ഒഴുകി. രണ്ട് അവന്തികളും മഹാവീരന്റെ അധീനതയിലാക്കിക്കൊണ്ട് അദ്ദേഹം ഉജ്ജയ്നി തലസ്ഥാനമാക്കി വാണു എന്നു ചരിത്രം. ഇന്ന് മൾവാ, നിമാർ എന്നിങ്ങനെയുള്ള പേരുകളാണ് ഇവയ്ക്കുള്ളത്. അവന്തിയിലെ പർവ്വതങ്ങൾ എന്നത് ഇക്കാലത്തെ സത്പുരഹിൽസ്, ജാബ്വാഹിൽസ് എന്നിവയാകണം എന്ന് ചരിത്രകാരന്മാർ അനുമാനിക്കുന്നു. തത്പുര ഹിൽസിലെ 'അമർ കന്തകിൽ' നിന്ന് നർമ്മദ ഉറവിടുന്നു. പണ്ടും ഇത് നർമ്മദയെന്നുതന്നെയാണ് അറിയപ്പെട്ടത്. ഇതു പടിഞ്ഞാറോട്ടൊഴുകി ഗുജറാത്തിലെ സൂറത്തിലെത്തി അറേബ്യൻ സമുദ്രത്തിൽ ലയിക്കുന്നു.

ദാശൻ, കെൻ എന്നിവയും അവന്തിയിൽ നിന്ന് ഉറവിടുന്നു. ദാശൻ ഉത്തർപ്രദേശിലെ ലളിത്പുർ ജില്ല വരെ 365 കി മീ ഒഴുകുന്നു. കെൻനദി, യമുനയുടെ പോഷകനദികൂടിയാണ്. അത് 427 കി മീ ഒഴുകിയാണ് ഉത്തർപ്രദേശിലെ 'ചില്ല' ഗ്രാമത്തിൽ യമുനയുമായി ചേരുന്നത്. കിഴക്കൻ അവന്തിയിലെയും പടിഞ്ഞാറൻ അവന്തിയിലെയും നദികൾ എന്ന് ആയുർവ്വേദം നിർണ്ണയിച്ചിട്ടുള്ളത് ഈ എല്ലാ നദികളെയുമാകണം.

അവന്തി മലകളിൽനിന്നുമുള്ള നദികൾ അർശോരോഗം ഉണ്ടാക്കും എന്ന ആയുർവ്വേദ നിഗമനത്തിന് ഈ മലയിൽനിന്നുമുള്ള എന്തു ഘടകങ്ങളാണ് കാരണമാകുന്നതെന്ന് പഠിക്കേണ്ടിയിരിക്കുന്നു.

പാരിയാത്ര പർവ്വതം

ഗുജറാത്ത് സംസ്ഥാനത്തിന്റെ കിഴക്കു ഭാഗത്തായി പടിഞ്ഞാറൻ വിന്ധ്യാപർവ്വതത്തിന്റെ മലകൾ അവസാനിക്കുന്നു. തുടർന്ന് ആരവല്ലി മലകൾ ആരംഭിക്കുന്നു. ഈ മലകളാണ് പാരിയാത്ര പർവ്വതമെന്ന് പണ്ട് അറിയപ്പെട്ടിരുന്നത്. പാരിയാത്ര പർവ്വതം അഹമ്മദാബാദിനടുത്തുള്ള പാലൻപൂരിൽ നിന്ന് ആരംഭിച്ച് തുടർച്ചയായും ചിലയിടത്ത് ഒറ്റപ്പെട്ട മലകളുമായി രാജസ്ഥാൻ, ഹരിയാന എന്നീ സംസ്ഥാനങ്ങളിലൂടെ നീണ്ട് ഡൽഹിക്കു സമീപം അവസാനിക്കുന്നു. ഉദയ്പൂർ, ഭോപാൽ, ഫരീദാബാദ്, ഗുർഗാവോൺ, മേവാട്ട് തുടങ്ങിയ നഗരങ്ങൾ ഈ മലയുടെ താഴ്വാരത്താകുന്നു.

ബനസ്, ല്യൂനി, സഖി, സബർമതി എന്നിവ ആരവല്ലി മലയിൽ നിന്ന് ഉറവയിടുന്നു. ഗംഗയുടെ കൈവഴികളായ അളകനന്ദ, ഭഗീരഥി എന്നീ നദികളും യമുനാനദി ഗംഗയിലേക്കെത്തിച്ചേരുന്നതും പാരിയാത്ര പർവ്വതത്തിന്റെ സമീപത്താണ്.

വിവിധ ധാതുദ്രവ്യങ്ങൾ ഉള്ളടങ്ങിയ മലനിരകളാണ് ആരവല്ലി. പാരിയാത്ര പർവ്വതത്തിൽനിന്നുമുള്ള നദികൾ ശരീരത്തിനു ശക്തിയും ആരോഗ്യവും പ്രദാനംചെയ്യുന്നുവെന്നാണ് ആയുർവ്വേദമതം.

രോഗനിദാനങ്ങൾ ഉള്ളടങ്ങിയതിനാൽ ഈ നദികളിലെ ജലം തിളപ്പിച്ചേ ഉപയോഗിക്കാവൂ. സമുദ്രസാമീപ്യത്തിൽ കിണർ, കുളം തുടങ്ങിയവയിലെ ജലത്തിന് ലവണരസം ഉണ്ടാകുമെന്നും അത് ത്രിദോഷങ്ങളെയും കോപിപ്പിക്കുമെന്നുമുള്ള മുന്നറിയിപ്പുമുണ്ട്.

ദേശം

ജനങ്ങൾ പാർക്കുന്ന സ്ഥലങ്ങളിലെ വൃക്ഷലതാദികൾ, പക്ഷികൾ, മൃഗങ്ങൾ, ജലസ്രോതസ്സുകൾ എന്നിവയുടെ സാന്നിദ്ധ്യം പരിഗണിച്ച് ഭൂപ്രദേശത്തെ ആയുർവ്വേദം മൂന്നായി തിരിച്ചിരിക്കുന്നു. ജാംഗലം, ആനൂപം, സാധാരണം. ഈ ദേശങ്ങൾക്ക് മനുഷ്യശരീരത്തിലെ ത്രിദോഷങ്ങളിൽ (വാതം, പിത്തം, കഫം) വ്യത്യസ്തമായ സ്വാധീനങ്ങളുണ്ട്. വാതദോഷ പ്രധാനമായ പ്രദേശമാണ് ജാംഗലദേശം. ആനൂപമാകട്ടെ കഫ-ദോഷ പ്രധാനവും. സാധാരണ ദേശം ത്രിദോഷങ്ങളെ സമാവസ്ഥയിൽ നിലനിർത്തുന്നതിനാൽ ഇവിടെ വസിക്കുന്നവർക്ക് രോഗാവസ്ഥ തുലോം കുറവായിരിക്കും.

ചരകസംഹിതയിലെ ദേശവിവരണങ്ങൾ കേൾക്കുക:

ജാംഗലം:

ജാംഗലദേശത്തിൽ ജലാശയങ്ങളും വൃക്ഷങ്ങളും മറ്റു ദേശങ്ങളെ അപേക്ഷിച്ച് താരതമ്യേന കുറവായിരിക്കും. എന്നാൽ വായു സഞ്ചാരവും, വെയിലും കൂടുതലായിരിക്കും. ഭൂമി സമമായിരിക്കുകയില്ല. മണൽപ്രദേശങ്ങളുണ്ടാകും. വളരെ താഴ്ത്തി കിണർ കുഴിച്ചാലേ ഉറവകൾ കണ്ടെത്താനാവൂ. ചുറ്റാകെ ആകാശം നിറഞ്ഞു നില്ക്കുന്ന പ്രതീതി ഉണ്ടാകും. കദരം (ഒരു തരം പശയുള്ള വൃക്ഷം), കരിങ്ങാലി, വേങ്ങ, വെൺമരുത്, ഞമ, പാച്ചോറ്റി, ഈന്തൽ, പൈൻ, കുമിഴ്, ലന്ത, പനച്ചി, അരയാൽ, പേരാൽ, നെല്ലി, വന്നി, നീർമരുത്, ഇരുൾ എന്നീ വൃക്ഷങ്ങളും ചെടികളും ധാരാളമായും കൂട്ടമായും കാണപ്പെടും. നിരന്തരം വീശിയടിക്കുന്ന വരണ്ട കാറ്റിൽ ഇവയുടെ ശിഖരങ്ങൾ ആടിയുലഞ്ഞുകൊണ്ടിരിക്കും. ഇടയ്ക്ക് മൃഗതൃഷ്ണ (ചൂടിന്റെ ആവിയിൽ ജലമാണെന്നു തോന്നിക്കുന്ന

പ്രതിഭാസം) കാണാം. കാട, തിത്തിരിപ്പുള്ള്, ഉപ്പൻ എന്നീ പക്ഷികൾ കൂടുതലായി കാണുന്നു. സ്ഥൈര്യവും ദൃഢശരീരവുമുള്ളവരായിരിക്കും ഇവിടെ അധിവസിക്കുന്നവരെന്നിരിക്കിലും വാതദോഷ പ്രധാനമായ രോഗങ്ങൾ ഇവരെ ശല്യപ്പെടുത്തിക്കൊണ്ടിരിക്കും. ജാംഗല ദേശത്തിലെ ചൂടും വായുവും എരുവ് രസ ഉല്പത്തിയെ വർദ്ധിപ്പിക്കും. അതായത് കുരുമുളക്, പച്ചമുളക് എന്നിങ്ങനെ എരിവ് രസമുള്ളവയ്ക്കെല്ലാം മറ്റു പ്രദേശങ്ങളേക്കാൾ ഇവിടെ എരിവ് കൂടുതലായിരിക്കും.

ആനൂപം

വനങ്ങൾ, നദികൾ, തടാകങ്ങൾ, അരുവികൾ, കിണറുകൾ എന്നിവ സുലഭമായിരിക്കുന്ന പ്രദേശമാണ് ആനൂപം. എപ്പോഴും കുളിർകാറ്റ് വീശിക്കൊണ്ടിരിക്കും. മണ്ണിന് ഈർപ്പം ഉണ്ടാകും. ഈന്തപ്പന, എഴുത്തോലപ്പന, തെങ്ങ്, വാഴ, തുടങ്ങിയവ ധാരാളമായി കാണുന്നു. താമരയും, ആമ്പലും കാറ്റത്തുലഞ്ഞുകൊണ്ടു നില്ക്കുന്ന തടാകങ്ങൾ കണ്ണിനിമ്പമേകും. തൊടുകാര, ആറ്റുവഞ്ചി എന്നിവ നദീതീരങ്ങളിൽ ഇടതൂർന്നു വളർന്നു നില്ക്കും. അരയന്നം, ചക്രവാകം, കൊക്ക്, താറാവ്, വണ്ട്, മരംകൊത്തി, മദിച്ചുപാടുന്ന കുയിൽ എന്നിവ സർവ്വസാധാരണ മായിരിക്കും. ഇത്തരം പക്ഷികളുടെ കൂജനം എപ്പോഴും കാതിലലയ്ക്കും. പച്ചപ്പുല്ലുകൾ സമൃദ്ധമായിരിക്കും. വള്ളിച്ചെടികൾ പടർന്ന് അതിദൂരം വ്യാപിച്ചുകിടക്കുന്നതു കാണാം. മധുര രസോല്പത്തിക്ക് നിദാനമായ പ്രകൃതിയാണിത്. ഇവിടെയുണ്ടാകുന്ന കനികൾക്ക് മറ്റിടങ്ങളേക്കാൾ മധുരം കൂടിയിരിക്കുമെന്നു സാരം. ഇവയുടെ ഉപയോഗവും, തണുത്ത അന്തരീക്ഷവും കഫപ്രധാനമായ രോഗങ്ങളുണ്ടാക്കും. മന്ത്, കണ്ഠ രോഗം, ജ്വരം തുടങ്ങിയവ ഇത്തരം പ്രദേശങ്ങളിലെ ജനങ്ങളെ ബാധിക്കും.

സാധാരണദേശം:

ജാംഗല-ആനൂപ ദേശ ലക്ഷണങ്ങൾ ഇടകലർന്നു കാണുന്ന ദേശ മാണ് സാധാരണ ദേശം. മേല്പറഞ്ഞ രണ്ടു ദേശത്തിലെയും പക്ഷി മൃഗാദികളും വൃക്ഷലതാദികളും ഇവിടെ കാണും. ഫലവൃക്ഷങ്ങൾ ധാരാളം കാണും. ഗുണ സമ്മിശ്രണമാകയാൽ ഇവിടെ മധുര രസമോ എരിവ് രസമോ മറ്റേതെങ്കിലും രസമോ ഏറി ഇരിക്കുകയില്ല. അതു കൊണ്ടു തന്നെ ഇവിടുത്തെ ഇലവർഗ്ഗങ്ങളോ ഫലവർഗ്ഗങ്ങളോ ഉപയോ ഗിക്കുന്നത് ഏതെങ്കിലും ശരീരദോഷങ്ങളെ വർദ്ധിപ്പിച്ച് രോഗാവസ്ഥ യിലെത്തിക്കുകയില്ല. പകരം ദോഷങ്ങളെ സമാവസ്ഥയിൽ നിലനിർത്തി സ്വാസ്ഥ്യം നല്കുന്നു.

ജനങ്ങൾ അധിവസിക്കുന്ന സ്ഥലങ്ങൾ എന്ന നിലയ്ക്കാണ് ഈ മൂന്നു തരം വിഭജനം. ഇതിനു പുറമെ ഊഷര സ്ഥലങ്ങളും മരുഭൂമിക ളുമൊക്കെ ഭൂപ്രദേശങ്ങളായി പരിഗണിച്ചിട്ടുണ്ട്. വാസയോഗ്യമല്ലാത്ത

ഭൂമി എന്ന നിലയ്ക്ക് അവയ്ക്ക് അത്ര പ്രാധാന്യം നല്കിയിട്ടില്ല. ഇത്തരം ഭൂമികൾ പിത്തദോഷപ്രധാനമായിട്ടാണ് പരിഗണിച്ചിരിക്കുന്നത്.

ഏതു തരം ഭൂമിയായാലും അത് അവിടെ വസിക്കുന്ന ജനങ്ങളുടെ ഉത്തരവാദിത്വമില്ലായ്മയാലും ശുചിത്വബോധമില്ലായ്മയാലും ദൂഷിതമാകാം. അത് ജനങ്ങൾക്ക് രോഗങ്ങൾ പടർന്നു പിടിക്കുന്ന സ്ഥിതിയുണ്ടാക്കും. പകർച്ചവ്യാധികൾക്കു പുറമെ ത്വക്ക് രോഗങ്ങൾ, ഛർദ്ദി, അതിസാരം, ബോധക്കേട്, ജ്വരം, ബുദ്ധിഭ്രമം, വിട്ടുമാറാത്ത തലവേദന എന്നീ അസ്വസ്ഥതകളുണ്ടാകും. വികൃതമായ ഭൂമിയുടെ നിറം, ഗന്ധം, രസം, സ്പർശം ഇവ സാധാരണ ഭൂമിയേക്കാൾ വ്യത്യസ്തപ്പെട്ടിരിക്കും. മണ്ണിനു നനവുണ്ടാകും. കറുകപ്പുല്ല് ധാരാളമായി വളരും. കുറ്റിച്ചെടികൾക്കും വള്ളികൾക്കുമിടയിലൂടെ പാമ്പ്, ഹിംസ്രജന്തുക്കൾ എന്നിവ സ്വൈരവിഹാരം നടത്തും. കൊതുക്, പാറ്റ, ഈച്ച, എലി, കൂമൻ, തുടങ്ങിയവ ധാരാളമായി വർദ്ധിക്കും. മുമ്പില്ലാത്തവണ്ണം സസ്യങ്ങൾ വീണും ഉണങ്ങിയും നശിക്കുന്നു. പക്ഷികൾ അസ്വസ്ഥരായി നിരന്തരം ശബ്ദിച്ചുകൊണ്ടിരിക്കും. മൃഗങ്ങളാകട്ടെ നില്പുറയ്ക്കാതെ അസ്വസ്ഥരായി സഞ്ചരിച്ചുകൊണ്ടിരിക്കും. ചിലവ ദുഃഖിതരായി ഇരിക്കുന്നതുപോലെ തോന്നും. സംഭ്രമവും ഉദ്വേഗവുമുള്ളവരായിരിക്കും ജനങ്ങൾ. ഇത്തരം ഭൂമിയുടെ വക്ഷസിലുള്ള ജലാശയങ്ങളിലെ ജലം വഴുവഴുപ്പും അസഹ്യമായ ഗന്ധവും നുരയും ഉള്ളതായിരിക്കും. ഈ ജലോപയോഗത്താൽ മനുഷ്യർ മാത്രമല്ല മൃഗങ്ങളും പക്ഷികളും എന്തിന് വൃക്ഷങ്ങളും വള്ളിച്ചെടികൾപോലും രോഗബാധിതമാകും.

ഉപയോഗിക്കാതെക്കിടക്കുന്ന ഭൂമിയിലും ഇപ്പറഞ്ഞ എല്ലാ ലക്ഷണങ്ങളും കാണാം. ആയതിനാൽ ഭൂമി കൃഷിചെയ്ത് ശുദ്ധിയുള്ളതും ഉർവ്വരതയുള്ളതുമാക്കുകയാണു വേണ്ടത്. തൂത്തു വൃത്തിയാക്കുക, ചവറ് തീയിടുക, പശുക്കളെ മേയ്ക്കുക, പുല്ല് ചെത്തി മിനുക്കുക, കിളയ്ക്കുക, ചാണകം മെഴുകുക ഇത്യാദികാര്യങ്ങൾ ഭൂമി ശുദ്ധീകരിക്കാനുള്ള മാർഗ്ഗങ്ങളായി അഷ്ടാംഗ സംഗ്രഹം എന്ന ആയുർവ്വേദ ഗ്രന്ഥത്തിൽ ഉപദേശിച്ചിരിക്കുന്നു. ദൂഷിതവായുവിനെയും ദൂഷിതജലത്തെയും ദൂഷിത ഭൂമിയെയും ശുദ്ധീകരിക്കാൻ പ്രാപ്തമായ ധൂപനങ്ങളും (fumigation)പ്രോക്ഷണങ്ങളും (spray) ഭസ്മങ്ങളും (ash) ക്ഷാളനങ്ങളും (washing) ഔഷധപ്പതാകകളും (medicated flags) ഔഷധ ദുന്ദുഭികളും (medicated drum beats) പ്രതിപാദിച്ചിട്ടുണ്ട്. ദുന്ദുഭിസ്വനീയം എന്ന ഒരദ്ധ്യായം തന്നെ *സുശ്രുതസംഹിത*യിലുണ്ട്.

കാലം

ഗമിക്കുന്നത് (ഋഗതൗ) എന്നാണ് 'ഋതു' എന്ന വാക്കിന്റെ അർത്ഥം. വഴി പോലെ ഗമിക്കുന്നത് എന്നാണ് 'സമയം' എന്ന വാക്കിന്റെ അർത്ഥം. ഒരു വർഷം തികയുമ്പോൾ ആറ് ഋതുക്കളും അവസാനിക്കുന്നു. ഋതുക്കളെ ഉപേക്ഷിക്കുന്നത് എന്ന് 'സംവത്സരം' എന്ന പദം അർത്ഥം നല്കുന്നു. സമയം, ഋതുക്കൾ, സംവത്സരം എന്നിവ കാലത്തിന്റ അളവാകുന്നു. ഒരില സൂചിയാൽ കിഴിക്കുന്ന സമയത്തിൽ (ത്രുടി) അല്ലെങ്കിൽ ഒന്നു കണ്ണു ചിമ്മുന്ന സമയത്തിൽ (അക്ഷിനിമേഷം) ആരംഭിച്ച് 71 ചതുര്യഗങ്ങൾ ചേർന്നു വരുന്ന മന്വന്തരംവരെ ആയുർവ്വേദത്തിന്റെ കാലഗണനയിൽ ഉൾപ്പെട്ടുവരുന്നുണ്ട്. ഭാരതീയ കാലാവസ്ഥ അനുസരിച്ച് ശിശിരം, വസന്തം, ഗ്രീഷ്മം, വർഷം, ശരത്, ഹേമന്തം എന്നിങ്ങനെ ആറ് ഋതുക്കൾ നിർണ്ണയിക്കപ്പെട്ടിട്ടുണ്ട്. രണ്ടു മാസങ്ങൾ ചേർന്നതാണ് ഒരു ഋതു. ഇതിൽ ആദ്യത്തെ മൂന്ന് ഋതുക്കൾ ഉത്തരായനത്തിലും അവസാനത്തെ മൂന്ന് ഋതുക്കൾ ദക്ഷിണായനത്തിലുമാണ് വരുന്നത്. അതായത് ആറുമാസം വീതം ഓരോ അയനം. ഉത്തരായന–ദക്ഷിണായനങ്ങൾക്ക് ആധുനിക Meteriology യിൽനിന്നും വ്യത്യസ്തമായ ഒരു വീക്ഷണമാണ് ആയുർവ്വേദത്തിന്റേത്. ഭൂമിയുടെ ഭ്രമണംമൂലം സൂര്യൻ ആകാശത്ത് വടക്കോട്ടേക്ക് മാറി ഉദിച്ചുകാണുന്നതാണ് ഉത്തരായനം. വടക്കുനിന്നും തിരികെ ആകാശത്തിന്റെ തെക്കേ അറ്റത്തേക്കുള്ള സൂര്യന്റെ സഞ്ചാരം ദക്ഷിണായനവും(ആധുനിക Meteriology യിൽ ആകാശത്തിന്റെ മദ്ധ്യത്തുനിന്നും വടക്കോട്ടേക്കും തിരികെ ആകാശമദ്ധ്യത്തിലെത്തുന്നത് ഉത്തരായനവും ഇതേ സ്ഥിതി സൂര്യഗതി തെക്കോട്ടേക്കും തിരികെ ആകാശമദ്ധ്യത്തിലെത്തുന്നത് ദക്ഷിണായനവും ആകുന്നു). ഉത്തരായനം ദേവകർമ്മങ്ങൾക്കും ദക്ഷിണായനം പിതൃ

കർമ്മങ്ങൾക്കും ഉത്തമമായത് എന്ന വീക്ഷണത്തിൽ ഭാരതത്തിൽ പല ആചാരാനുഷ്ഠാനങ്ങളും നിശ്ചയിക്കപ്പെട്ടിട്ടുണ്ട്. കാറ്റും കാലാവസ്ഥയും തമ്മിലുള്ള ബന്ധം വളരെ സൂക്ഷ്മമായിട്ട് ആയുർവ്വേദം വിവരിച്ചിരിക്കുന്നു. പ്രശാന്തനായി പ്രവർത്തിക്കുന്ന വായുവിന്റെയും പ്രകോപിതനായി സഞ്ചരിക്കുന്ന വായുവിന്റെയും കർമ്മങ്ങളും അതേസമയത്തു ശരീരത്തിനുള്ളിലെ വാതദോഷത്തിന്റെ കർമ്മങ്ങളെയുംകുറിച്ച് വിവരിക്കുന്ന ചരകസംഹിതയിലെ അദ്ധ്യായത്തിനു നല്കിയിട്ടുള്ള പേരു തന്നെ ശ്രദ്ധേയമാണ് 'വാതകലാകലീയം'.

സന്ദർഭാനുസരണം പ്രശാന്തനായിട്ടുള്ള വായുവിന്റെ ബാഹ്യകർമ്മങ്ങളെക്കുറിച്ചു മാത്രം പറയാം.

'ഭൂമിയെ ധരിക്കുക, അഗ്നിയെ ജ്വലിപ്പിക്കുക, ആദിത്യൻ, ചന്ദ്രൻ, നക്ഷത്രങ്ങൾ, ഗ്രഹങ്ങൾ എന്നിവയുടെ ഗതിവിധാനത്തെ ക്രമപ്പെടുത്തുക, മേഘങ്ങളെ ഉണ്ടാക്കുക, ജലത്തെ വർഷിക്കുക, നദി തുടങ്ങിയവയെ പ്രവർത്തിപ്പിക്കുക, പുഷ്പ-ഫലങ്ങളെ ഉണ്ടാക്കുക, വിത്തുകളെ മുളപ്പിക്കുക, ഋതുക്കളെ ഭാഗിക്കുക, ധാതുദ്രവ്യങ്ങളെ വിഭജിക്കുക, ധാതുദ്രവ്യങ്ങൾക്ക് അളവും സ്ഥിതിയും, രൂപഭേദങ്ങളും സംഭവിപ്പിക്കുക, ബീജങ്ങളെ ഉല്പാദനസമ്പന്നമാക്കുക, ഉണങ്ങാതെ നിർത്തേണ്ടതിനെ ഉണക്കാതെ നിർത്തി ശരിയാം വണ്ണം വളർത്തുക, ഉണക്കേണ്ടതിനെ ഉണക്കുക'. പ്രശാന്തനായ വായു സർവ്വ ചരാചരങ്ങളുടെയും അസ്തിത്വം ഏറ്റെടുത്തിരിക്കുന്നുവെന്ന് സാരം.

ആയുർവ്വേദം അടിസ്ഥാനമാക്കിയിട്ടുള്ളതു ശകവർഷ കലണ്ടറിനെയാണ്. കനിഷ്ക മഹാരാജാവിന്റെ ഭരണകാലത്ത് ചാന്ദ്രമാസ കലണ്ടറുകൾക്കു പകരം സൂര്യനെ ദർശിക്കുന്ന ഭൂമിയുടെ ഉത്തര ധ്രുവ ദക്ഷിണധ്രുവങ്ങളെ അടിസ്ഥാനമാക്കി ഒരു വർഷത്തിലുണ്ടാകുന്ന കാലാവസ്ഥയുടെ സ്വഭാവം വച്ചുകൊണ്ട് മാഘമാസം മുതലുള്ള 12 മാസങ്ങളെ കണക്കാക്കി ശകവർഷ കലണ്ടർ രൂപപ്പെടുത്തി. എന്നാൽ പൗർണ്ണമിയോടു ബന്ധപ്പെടുത്തിക്കൊണ്ടുള്ള മാസങ്ങളുടെ പേരുകളാണു നല്കിയിട്ടുള്ളത്. മകം നക്ഷത്രത്തോടുകൂടി വെളുത്തവാവ് ഉണ്ടാകുന്നത് മാഘം. ഉത്രം നക്ഷത്രത്തോടുകൂടി വെളുത്തവാവ് ഉണ്ടാകുന്നത് ഫാൽഗുനം (പൈങ്കുനി). അതിൽ തുടങ്ങുന്നു അതാതു മാസത്തെ 30 ദിവസം.

ഭാരതത്തിന്റെ സ്വാതന്ത്ര്യലബ്ധിക്കുശേഷം ദേശീയ കലണ്ടറായി അംഗീകരിച്ചിട്ടുള്ളതു ശകവർഷകലണ്ടറിനെയാണ്. ഇന്ത്യയിലെ മിക്ക സംസ്ഥാനത്തും നിലവിലുള്ളതും ഈ കലണ്ടർ തന്നെ. കേരളസർക്കാർ കലണ്ടറിൽ ഗ്രിഗോറിയൻ കലണ്ടർ, ശകവർഷം, കൊല്ലവർഷം, ഹിജറാവർഷം എന്നിവ കൂടി ഉൾപ്പെടുത്തിയിട്ടുള്ളതിനാൽ പ്രസ്തുത കലണ്ടർ ഇന്നു വിവിധതരം കലണ്ടറുകളുടെ പ്രയോജനം ചെയ്യുന്നുണ്ട്. കറുത്തവാവിന്റെ അടുത്ത ദിവസം മുതൽ വെളുത്തവാവുവരെയുള്ള ശുക്ലപക്ഷവും വെളുത്തവാവിന്റെ അടുത്ത ദിവസം മുതൽ കറുത്തവാവു

വരെയുള്ളത് കൃഷ്ണപക്ഷവും എന്ന അംഗീകൃതരീതി ഈ കലണ്ടറിൽ പാലിച്ചിട്ടുണ്ട്.

ഋതുക്കളുടെ സ്വഭാവവും അതിനനുസരിച്ചുള്ള ജീവിതചര്യകളെയും കുറിച്ച് 'ഋതു ചര്യ' എന്ന പേരിൽ ആയുർവ്വേദത്തിലെ ആധികാരിക ഗ്രന്ഥങ്ങളിലെല്ലാം വിവരണങ്ങളുണ്ട്.

തണുപ്പിനെ ദ്യോതിപ്പിക്കുന്ന പദമാണു ശിശിരം. 'ശശപ്ലുത ഗതൗശിശിരഃ' മുയൽ ചാടിയോടുമ്പോലെ, തണുപ്പിനാൽ വഴിപോക്കർ ഓടിപ്പോകുന്ന കാലമാണ് ശിശിരം. 'വസന്ത്യത്ര മദനോത്സവഃ' ഭൂമിയാകെ പുഷ്പങ്ങൾ നിറഞ്ഞിരിക്കുന്നതിനാൽ കാമദേവന്റെ ഉത്സവകാലമാണിതെന്ന് അർത്ഥം വരുന്നു. (കാമദേവന്റെ അമ്പിന്റെ അഗ്രം പുഷ്പമാണെന്ന് സങ്കല്പമുണ്ട്) 'ഗ്രാസയതി ഇതി ഗ്രീഷ്മഃ' രസമെല്ലാം ഊറ്റുന്ന കാലമാണു ഗ്രീഷ്മം. തീക്ഷ്ണമായ സൂര്യരശ്മികൾ ഭൂമിയിലെ എല്ലാറ്റിന്റെയും നീര് ഊറ്റിയെടുക്കുന്ന കാലമെന്നു സാരം. 'വർഷാവർഷണാമസ്യാസു ഇതി' മഴ വർഷിക്കുന്ന ഋതു-വർഷകാലം. 'ശൃഹിംസായം' ഹിംസിക്കുന്ന കാലമാണു ശരദൃതു. അതായത് കൊയ്ത്തുകാലം. ധാന്യങ്ങൾ പാകം വന്നതിനാൽ കതിരുകൾ ഹിംസിക്കപ്പെടുകയാണല്ലോ സംഭവിക്കുക. 'ഹന്തി സന്താപമിതി ഹേമന്തം' തണുപ്പ് കൊണ്ട് ജീവജാലങ്ങളുടെ ചുടുനീറ്റലെല്ലാം ഹേമന്ത ഋതുവിൽ ഇല്ലാതാകുന്നു.

ഉത്തരായനകാലം (ശിശിരം വസന്തം ഗ്രീഷ്മ ഋതുക്കൾ) സൂര്യതാപം അധികമാകുന്ന കാലമാണ്. ശരീരബലം കുറയുന്ന കാലമായതിനാൽ ഇതിനെ 'ആദാനകാലം' എന്നു പറയുന്നു. ദക്ഷിണായനത്തിൽ (വർഷം, ശരത്, ഹേമന്തം) സൂര്യതാപം താരതമ്യേന കുറഞ്ഞിരിക്കും. ബലം വിട്ടുതരുന്നത് എന്ന അർത്ഥത്തിൽ ഇതിനെ വിസർഗ്ഗകാലം എന്നു വിശേഷിപ്പിച്ചിട്ടുണ്ട്. മഴ, മഞ്ഞ്, വേനൽ എന്നിങ്ങനെയുള്ള പ്രകൃതിയുടെ ഭാവമാറ്റങ്ങളെ കൃത്യമായി ഗണിച്ചുകൊണ്ടുള്ള ഈ ഋതുനിശ്ചയം ഹിമവൽപർവ്വതത്തിനോടടുത്തുള്ള ഭാരത ഭൂവിഭാഗങ്ങളിലെല്ലാം ഇതേതരത്തിൽ തന്നെ ഇപ്പോഴും സംഭവിക്കുന്നുണ്ട്. പാക്കിസ്ഥാനും ബംഗ്ലാദേശും അഫ്ഗാനിസ്ഥാനുമൊക്കെ ചേർന്നുള്ള വളരെ വിസ്തൃതമായ ഒരു രാജ്യമായിരുന്നല്ലോ ഭാരതം. സിന്ധു നദീതടസംസ്കാരത്തിന്റെ പാരമ്പര്യ സംസ്കൃതിയുടെ മഹത്വം നിറഞ്ഞുനിന്നിരുന്ന വലിയൊരു ഭൂപ്രദേശം. മഹാകവി കാളിദാസന്റെ *ഋതു സംഹാരം* എന്ന കൃതിയിൽ ഭാരതത്തിലെ ഓരോ ഋതുവിന്റെയും പ്രകൃതിഭാവത്തെ അതിമനോഹരമായി വിവരിച്ചിട്ടുണ്ട്.

ഗംഗാനദിക്കു തെക്കുള്ള പ്രദേശങ്ങളിൽ (ദക്ഷിണഭാരതം) മഞ്ഞുകുറവായിട്ടും മഴകൂടുതലായിട്ടുമുള്ള കാലാവസ്ഥയാണ് പ്രകടമാകുന്നത്. ഇതു കണക്കിലെടുത്ത് സുശ്രുതാചാര്യൻ 'പ്രാവൃട്' എന്ന ഒരു ഋതു ചേർത്താണ് ദക്ഷിണഭാരതത്തിലെ ഷഡൃതുക്കളെ നിശ്ചയിച്ചിട്ടുള്ളത്. പ്രകൃഷ്ടമായ (ശ്രേഷ്ഠമായ) വൃട്ടോടുകൂടിയത് (വൃട് എന്നാൽ വൃഷ്ടി-മഴ) ഇതാണു നമ്മുടെ തുലാവർഷകാലം. വർഷഋതുവെന്നു

നിശ്ചയിച്ചിട്ടുള്ളതാകട്ടെ ഇടവപ്പാതിമഴക്കാലവും. രണ്ടുമഴക്കാലവും സ്വഭാവത്തിലും പ്രകൃതത്തിലും വളരെ വ്യത്യാസപ്പെട്ടിരിക്കുന്നു. ആരോഗ്യകാര്യത്തിലും ആ വ്യത്യാസം ജനങ്ങളിൽ കാണാം. മുയൽ ചാടി ഓടുമ്പോലെ രക്ഷപ്പെട്ട് ഓടാൻ തോന്നും വണ്ണമുള്ള അതിശൈത്യം ദക്ഷിണഭാരതത്തിൽ ഇല്ലാത്തതിനാൽ 'ശിശിര'ത്തെ ഒഴിവാക്കിയിരിക്കുന്നു. ഈ കാലഗണന വെച്ചുകൊണ്ട് കേരളത്തിലെ ഋതുകലണ്ടർ തയ്യാറാക്കിയിട്ടുള്ളതു താഴെ കാണിക്കുന്നു.

ഇപ്പറഞ്ഞ ഷഡ്ഋതുക്കളുടെ ലക്ഷണങ്ങൾ, അവ ഓരോന്നും ശരീരത്തെ എങ്ങനെ ബാധിക്കുന്നു, ഗർഭാവസ്ഥയിലും ബാല്യ-കൗമാര-യൗവ്വന-വാർദ്ധക്യാവസ്ഥകളിലും ഋതുഭേദങ്ങൾക്കനുസരണം എങ്ങനെ ശരീരം സംരക്ഷിക്കണം, ആഹാരം, ഉറക്കം, ലൈംഗികബന്ധം, വസ്ത്രധാരണം എന്നിവയിൽ പാലിക്കേണ്ട നിഷ്കർഷകൾ, പ്രത്യേക പാനീയങ്ങൾ, പുതപ്പുകൾ എന്നിങ്ങനെ സർവ്വതലസ്പർശിയായ വിവരണങ്ങളാണുള്ളത്. വീടിന്റെ അകവും വീട്ടുപുരയിടവും ജനസമ്പർക്കകേന്ദ്രങ്ങളും എങ്ങനെ ഋതുക്കൾക്കനുസരണം ആരോഗ്യവത്താക്കി സൂക്ഷിക്കാം ഇത്യാദികളുടെ നിർദ്ദേശങ്ങളും ആയുർവ്വേദം നല്കുന്നുണ്ട്.

ഋതുവിനനുസരിച്ച് പ്രകൃതിയിലുണ്ടാകുന്ന രസഭേദങ്ങൾ (രുചിവ്യത്യാസങ്ങൾ) കേൾക്കുക; ശിശിരം-കയ്പുരസം വർദ്ധിക്കുന്നു, വസന്തം-ചവർപ്പ് രസം വർദ്ധിക്കുന്നു, ഗ്രീഷ്മം -എരിവ് രസം വർദ്ധിക്കുന്നു. വർഷം -പുളിരസം വർദ്ധിക്കുന്നു. ഹേമന്തം- മധുരരസം വർദ്ധിക്കുന്നു. പ്രാവൃട്ടിൽ അമ്ലരസം വർഷകാലത്തേക്കാൾ അല്പം കുറഞ്ഞ നിലയിൽ ഉണ്ടാകും. വർഷകാലത്തു വാതദോഷം വർദ്ധിക്കുന്നു. ശരത്കാലത്തു പിത്തവും വസന്തകാലത്തു കഫവും വർദ്ധിക്കുന്നു. അതാതിനു തൊട്ടു മുമ്പുള്ള ഋതുവിൽ വേണ്ട മുൻകരുതലുകളെടുത്താൽ ഈ വ്യാധ്യവസ്ഥ ഒഴിവാക്കാനാകും. ആറ് ഋതുക്കളുടേയും സാന്നിദ്ധ്യം ഓരോ ദിവസവും ചില പ്രത്യേക സമയങ്ങളിൽ ഉണ്ടാകുന്നതായി *സുശ്രുത സംഹിത*യിൽ വിവരിച്ചിരിക്കുന്നു. രാവിലെ വസന്തത്തിന്റെയും മദ്ധ്യാഹ്നത്തിൽ ഗ്രീഷ്മത്തിന്റെയും വൈകുന്നേരം പ്രാവൃട്ടിന്റെയും സൂര്യാസ്തമനാനന്തരമുള്ള സന്ധ്യക്ക് വർഷത്തിന്റെയും അർദ്ധരാത്രിയിൽ ശരത്തിന്റെയും പുലർച്ചയ്ക്ക് ഹേമന്തത്തിന്റെയും ലക്ഷണങ്ങളാണുണ്ടാകുന്നത്. ശരീരാന്തസ്ഥിതമായ ദോഷങ്ങളിലും ഇതിനനുസരിച്ച് വ്യതിയാനങ്ങളുണ്ടാകും, അതാത് ഋതുക്കളിൽ വിവരിച്ചിട്ടുള്ള മുൻകരുതലുകൾ ഈ സമയങ്ങളിലും സ്വീകരിക്കാവുന്നതാണ്. കേരളത്തിലെ ജനങ്ങളിൽ ഋതുക്കളുടെ സ്വാധീനം കണക്കിലെടുത്താൽ രോഗ പ്രതിരോധശേഷി (വ്യാധിക്ഷമത്വം) ഏറ്റവും മെച്ചമായിരിക്കുക പ്രാവൃട്ടിലും ഹേമന്തത്തിലുമാണ്. വസന്തത്തിലും ശരത്തിലും മദ്ധ്യസ്ഥിതിയിലും ഗ്രീഷ്മ-വർഷങ്ങളിൽ അമ്പേ കുറഞ്ഞുമിരിക്കും. (ഋതു കലണ്ടർ കാണുക.)

ഒരു ഋതുവിന്റെ അവസാനത്തെ ഏഴുദിവസവും വരുന്ന ഋതുവിന്റെ ആദ്യത്തെ ഏഴുദിവസവും ചേർന്നതാണ് ഋതു സന്ധി. ആദ്യത്തെ ഋതു

വിലെ ശീലങ്ങൾ ക്രമേണ ഉപേക്ഷിച്ച് പുതിയ ഋതുവിലെ ശീലങ്ങൾ സ്വീകരിക്കുവാനുള്ള സമയമാണിത്. പഞ്ചകർമ്മ ചികിത്സ (പഞ്ചശോധനകൾ) ശ്രാവണം, കാർത്തികം, ചൈത്രം എന്നീ മാസങ്ങളിലാണ് ചെയ്യേണ്ടത്. കാലാവസ്ഥയിൽ തീവ്രത അനുഭവപ്പെടാത്ത കാലമായതിനാൽ ഇവയെ സാധാരണമാസങ്ങൾ എന്നു പറയുന്നു. സ്രോതോലീനമായിട്ടുള്ള രോഗകാരണങ്ങളെ ബഹിഷ്കരിക്കുന്നതിനുള്ള ചികിത്സയാണിത്. പ്രധാനപ്പെട്ട രോഗപ്രതിരോധമാർഗ്ഗവും പഞ്ചശോധനകൾ തന്നെ. ഇതിന് പൂർവ്വകർമ്മം, പ്രധാനകർമ്മം, പശ്ചാത്കർമ്മം എന്നിങ്ങനെ ക്രിയാക്രമങ്ങൾ നിശ്ചയിച്ചിട്ടുണ്ട്.

ഓഷധി

ആയുർവ്വേദ ഔഷധങ്ങളുടെ നിർമ്മാണത്തിന് ഉപയോഗിക്കുന്ന എല്ലാ ദ്രവ്യങ്ങൾക്കും പൊതുവിൽ പറയുന്ന പേരാണ് ഓഷധി എന്ന്. ഔഷധമല്ലാത്തതായി ഒന്നും ഭൂമിയിലില്ല എന്ന വിലയിരുത്തൽ വെച്ചു നോക്കിയാൽ, എല്ലാ ദ്രവ്യങ്ങളും അതേപടി കഴിക്കാൻ പറ്റുകയില്ലെന്നും പലതും ശുദ്ധിക്രമങ്ങൾ ചെയ്തിട്ടോ പ്രത്യേക തരത്തിൽ സംസ്കരിച്ചിട്ടോ മാത്രമേ ഉപയോഗിക്കാനാവൂ എന്നും വ്യക്തമാണ്. അങ്ങനെ നിരീക്ഷിച്ചാൽ ഇത്തരം ദ്രവ്യങ്ങളെ തരം തിരിച്ചുപറയുക ബുദ്ധിമുട്ടാകും. എന്നിരുന്നാലും സസ്യജം (സസ്യങ്ങളിൽ നിന്നും എടുക്കുന്നവ) ജന്തുജം (ജന്തുക്കളിൽ നിന്നുള്ളവ) പാർത്ഥിവം (ഭൂമിയിൽ നിന്നെടുക്കുന്ന സ്വർണ്ണം, ഇരുമ്പ്, വെള്ളി തുടങ്ങിയ ധാതുക്കൾ) എന്ന് പട്ടിക തിരിച്ചിട്ടുണ്ട്. ഇതിൽ സസ്യജാലങ്ങളെ വനസ്പതി, വീരുത്, വാനസ്പത്യം, ഓഷധി എന്നിങ്ങനെ നാലായി വിഭജിച്ചിരിക്കുന്നു. പുഷ്പങ്ങൾ ശ്രദ്ധയിൽപ്പെടാൻ തക്കവണ്ണം ഉണ്ടാകാത്തതും എന്നാൽ ഫലങ്ങൾ വ്യക്തമായിട്ടുള്ളതുമായ സസ്യങ്ങളാണ് വനസ്പതികൾ. പടർന്നു വളരുന്നവയാണ് വീരുത്. പുഷ്പങ്ങളും ഫലങ്ങളും ഒരേപോലെ വ്യക്തമായിട്ടുണ്ടാകുന്നവ വാനസ്പത്യങ്ങളാകുന്നു. ഫലം ഉണ്ടായിക്കഴിഞ്ഞാൽ നശിച്ചുപോകുന്ന സസ്യങ്ങളാണ് ഓഷധികൾ. എന്നിരുന്നാലും ഔഷധാർത്ഥം ഉപയോഗിക്കുന്ന സസ്യജാലങ്ങൾക്കെല്ലാം ഓഷധികൾ എന്ന പൊതുസംജ്ഞ നല്കാമെന്ന് *സുശ്രുതസംഹിത*യിൽ നിർദ്ദേശിച്ചിരിക്കുന്നു.

പ്രധാനപ്പെട്ട നാലുഘടകങ്ങളാണ് ചികിത്സാകാര്യത്തിൽ പ്രമുഖം. ഭിഷഗ്വരൻ, ഔഷധങ്ങൾ, പരിചാരകൻ, രോഗി. ഇവയെ പാദചതുഷ്ടയങ്ങൾ (നാലുപാദം) എന്നു പറയുന്നു. കഷായം, ലേഹ്യം, ഘൃതം,

തൈലം, ഗുളിക, ചൂർണ്ണം എന്നിങ്ങനെ പലതായിട്ട് ഉണ്ടാക്കാവുന്നവയും പല പല രോഗപീഡകളെ ശമിപ്പിക്കാൻ കഴിയത്തക്കവണ്ണം വളരെ ഗുണങ്ങളുള്ളതായും ഭൂമിയിലെ സ്വതസിദ്ധമായ വളം കൊണ്ടും നിർമ്മാണം വഴിയും വീര്യസമ്പത്ത് തികഞ്ഞതായും രോഗാവസ്ഥയ്ക്കനുസരിച്ച് കാലം, ദേശം, രോഗിയുടെ പ്രായം തുടങ്ങിയവയ്ക്ക് യഥായോജ്യം പ്രയോഗിക്കാവുന്നതുമായിരിക്കണം ഔഷധം.

സസ്യജദ്രവ്യങ്ങൾ

ഇങ്ങനെ ഗുണസമ്പന്നമായ ഓഷധികളെ തേടിപ്പിടിക്കാൻ നല്ല പ്രാഗത്ഭ്യം വേണം. പ്രകൃതിയെ നന്നായി പഠിച്ച ഒരാളിനുമാത്രമെ, പ്രകൃതിയെ നോവിക്കാതെ തന്നെ അവയെ ശേഖരിക്കാനാവൂ. നല്ല മണ്ണ്, ശുദ്ധിയുള്ള ഭൂപ്രദേശം, ജലം ഒഴുക്കുള്ളിടം, നിഴൽ, വെയിൽ, വെള്ളം തുടങ്ങിയവയാൽ പുഷ്ടിയോടെ വളരാനുള്ള സാഹചര്യമുള്ളത് താഴ്ചയിൽ പോകുന്ന വലിയ വേരോടുകൂടിയത് എന്നിങ്ങനെ ഓഷധികൾ തെരഞ്ഞെടുക്കാനുള്ള മാനദണ്ഡങ്ങൾ പറഞ്ഞിട്ടുണ്ട്. ശ്മശാനം, പള്ളി, അമ്പലം, പാമ്പിൻകാവ് എന്നിവിടങ്ങളിൽനിന്നും ശേഖരിക്കരുത്. മാളം, ചിതൽപ്പുറ്റ് ഇവയുള്ളിടങ്ങളിൽ നിന്നും എടുക്കരുത്. ഉഴുതുമറിച്ചിടം, വലിയ വൃക്ഷങ്ങൾകൊണ്ട് മൂടപ്പെട്ടയിടം എന്നിവിടങ്ങളിലുള്ള ഓഷധികളെ ഉപേക്ഷിക്കണം. ദർഭപ്പുല്ല്, നാമ്പുകപ്പുല്ല് ഇവ വളർന്നു നില്ക്കുന്നിടത്തെ ഓഷധികൾ നല്ലതാണ്. സാധാരണദേശം, ജാംഗലദേശം എന്നിങ്ങനെയുള്ള ഭൂപ്രദേശങ്ങളിൽ വളരുന്നവ ഉത്തമമായിരിക്കും. കാഴ്ചയിൽ തന്നെ പ്രകൃതിദത്തമായ നിറംകൊണ്ടും പുഷ്ടികൊണ്ടും ഇഷ്ടപ്പെടുന്ന ആരോഗ്യമുള്ള ഓഷധികൾ ശേഖരിക്കണം. ശേഖരിക്കാൻ പോകുന്ന വ്യക്തി സ്നാനാദികൾ ചെയ്ത് ശുദ്ധനായിട്ടുവേണം അതു നിർവ്വഹിക്കാൻ. വടക്കേ ദിശയിലുള്ളവയിലുള്ളവയ്ക്ക് ഗുണം കൂടുതലായിരിക്കും. ഓഷധദ്രവ്യത്തെ (സസ്യൗഷധികൾ) ഭൂമി അധിഷ്ഠാനമാക്കിയും ജലം ഉല്പത്തിസ്ഥനമാക്കിക്കൊണ്ടും ജനിക്കുന്നവ എന്നാണു നിർണ്ണയിച്ചിട്ടുള്ളത്. സൂര്യൻ (അഗ്നി), വായു, ആകാശം (space) ഇവയുടെ സമ്മിശ്രണവും ഉണ്ടായിരിക്കും. ഭൂമി, ജലം, അഗ്നി, വായു, ആകാശം എന്നിവയെ പഞ്ചഭൂതങ്ങൾ (സൂക്ഷ്മഘടകങ്ങൾ) എന്നാണു പറയുക. ഇവയുടെ അംശം ഏറിയും കുറഞ്ഞും എല്ലാ ചരാചരങ്ങളിലുമുണ്ടെന്നും, അവയുടെ അനുപാതത്തിലുള്ള വ്യത്യാസം കൊണ്ടാണ് ദ്രവ്യത്തിനു നിഷ്പത്തിയും വൈവിദ്ധ്യവുമുണ്ടാകുന്നതെന്നുമാണ് ആയുർവ്വേദമതം. അഗ്നിവായുക്കളുടെ അംശം അധികമായിട്ടുള്ള സസ്യങ്ങൾ മിക്കവാറും മേല്പോട്ടു വളരുന്നവയായിരിക്കും. ഭൂമിയുടേയും ജലത്തിന്റെയും അംശമുള്ളവ കീഴ്പോട്ട് (പടരുന്ന തരം) പോകുന്ന സ്വഭാവമുള്ളതായിരിക്കും. ഹിമാലയം, സഹ്യപർവ്വതം, മലയപർവ്വതം, വിന്ധ്യൻ എന്നിവ ഇന്ത്യൻ ഭൂപ്രദേശങ്ങളിലെ പ്രധാന മലകളാണ്. അതുകൊണ്ടുതന്നെ ഇവയോടടുത്ത ഭാരതീയ ഭൂപ്രദേശങ്ങൾ

ക്കൊക്കെ അവയുടെ ഗുണം പ്രസരിച്ചിട്ടുണ്ടാവും. ഹിമവാൻ സൗമ്യ ഗുണപ്രധാനനാണ്. ആയതിനാൽ അതിന്റെ മിശ്രണമുള്ള ഭൂമിയിൽ നിന്നും കിട്ടുന്ന ശീതവീര്യപ്രധാനമായ ഓഷധികൾക്ക് വീര്യം കൂടിയിരിക്കും. സഹ്യൻ, മലയം, വിന്ധ്യൻ എന്നിവ അഗ്നിഗുണ ഭൂയിഷ്ഠമായതിനാൽ അവയുടെ പ്രസരമുള്ള ഭൂമിയിൽനിന്നും ലഭിക്കുന്നവയ്ക്ക് ഉഷ്ണവീര്യം കൂടിയിരിക്കും. ഇലകൊഴിഞ്ഞ് പിന്നെ തളിർക്കുന്ന ഇനം വൃക്ഷങ്ങളുടെ ഭാഗങ്ങൾ ഗ്രീഷ്മ-ശിശിര കാലങ്ങളിൽ ശേഖരിക്കണം. (ഋതുകലണ്ടർ ഈ പുസ്തകത്തിൽ നേരത്തെ കൊടുത്തിട്ടുണ്ട്). തണ്ടും തളിരും വീര്യവത്തായിരിക്കുന്നത് വർഷ-വസന്ത ഋതുക്കളിലായതിനാൽ അവ ആ സമയം ശേഖരിക്കണം. മരത്തിന്റെ പട്ട, പാൽ, കിഴങ്ങ് എന്നിവ ശരത്കാലത്താണു വീര്യവത്താകുക എന്നതിനാൽ അവ ആ കാലത്തും കാതൽ ഹേമന്ത ഋതുവിലും ശേഖരിക്കണം. പൂവ്, കായ് എന്നിവ ശേഖരിക്കുന്നതിന് ഈ കാല നിർണ്ണയമില്ല. അവ ഉണ്ടാകുന്നതെപ്പോഴാണോ അപ്പോൾ ശേഖരിച്ചുകൊള്ളുക എന്നാണ് നിർദ്ദേശിക്കപ്പെട്ടിട്ടുള്ളത്. കറ്റാർവാഴ, വെറ്റില, മുരുക്കില, പുളിയില, മുരിങ്ങയില, അമൃത്, ശതാവരിക്കിഴങ്ങ്, കുടകപ്പാലയരി, കുമ്പളങ്ങ, ആടലോടകം, അമുക്കുരം, ശതകുപ്പ, പ്രസാരണി, കരിങ്കുറിഞ്ഞി എന്നിങ്ങനെയുള്ളവ പച്ചയായിട്ടുതന്നെ ചേർത്തു മരുന്നുണ്ടാക്കണം. ബാക്കിയുള്ളവ ഉണക്കിസൂക്ഷിച്ചിട്ട് ഉപയോഗിക്കാം. എന്നിരുന്നാലും ഒരു സംവത്സരം കഴിഞ്ഞാൽ ഗുണഹാനി സംഭവിക്കും. എന്നാൽ വിഴാലരി, കൊത്തമ്പാലരി, തേൻ, ശർക്കര, തിപ്പലി, എന്നിവ പഴക്കത്താൽ ഗുണം കൂടുകയേയുള്ളൂ.

സസ്യൗഷധികളെ വിവരിക്കുന്നിടത്ത് ആയുർവ്വേദാചാര്യന്മാരുടെ കാവ്യഭാവന ചിറകുവിരിക്കുന്നതു കാണാം. ഉദാ: തുവരകതൈലരസായനം (തുവരകം -മരോട്ടി) നിർമ്മിക്കേണ്ട വിധം വിവരിക്കുന്നിടത്ത് - പടിഞ്ഞാറേ സമുദ്രത്തിന്റെ കരയ്ക്കുണ്ടായവയും തിരമാലയിൽ തട്ടി വരുന്ന കാറ്റിനാൽ തളിരുകൾ ഇളക്കപ്പെട്ടവയുമായ മരോട്ടി വൃക്ഷങ്ങളിൽ നിന്നു വർഷകാലാരംഭത്തിൽ നല്ലപോലെ പഴുത്ത കായ്കൾ കൊണ്ടുവന്നു ഈ രസായനമുണ്ടാക്കണമെന്ന് വാഗ്ഭടൻ വിവരിച്ചിരിക്കുന്നു.

വൃക്ഷലതാദികളുടെ പേരുകൾക്കുള്ള സംസ്കൃതപദം ഇതേപോലെ മനോഹാരിതയാർന്നതാണ്. ആ നാമം ആ സസ്യത്തിന്റെ മൊത്തം ആകൃതിയെയോ ഇലയുടെയോ വേരുകളുടെയോ ഫലങ്ങളുടെയോ ദർശനത്തിന്റെയോ പ്രയോജനത്തിന്റെയോ പ്രത്യേകതകൾ സൂചിപ്പിക്കുന്നത്ര വ്യക്തമായിരിക്കും. ചില ഉദാഹരണങ്ങൾ പറയാം. അംശുമതി - മൂവില, അംശുമതിദ്വയം - മൂവിലയും ഓരിലയും. (രണ്ടും ഹൃദയപേശികൾക്കു ബലം നല്കാൻ പോന്ന ഔഷധവീര്യമുള്ളതാണ്.) അംശുമതി എന്ന വാക്കിന്റെ അർത്ഥം രശ്മി തുല്യമായത് എന്നാണ്. മൂവിലയും, ഓരിലയും ചെറിയ ചെടിയാണ്. അവയുടെ വേരുകൾ നാരായവേരിൽ നിന്നും രശ്മികൾപോലെ നേർത്ത് പടർത്തി വളരുന്ന

തിനാലാണ് അംശുമതിയായത്. വേരാണ് ഔഷധത്തിന് ഉപയോഗിക്കുന്ന ഭാഗം. സൂക്ഷിച്ചുപറിച്ചെടുത്തില്ലെങ്കിൽ രശ്മീതുല്യമായ വേരുകൾ പൊട്ടിപ്പോകും. കൂവളം മുള്ളുള്ളതാണല്ലോ. അതിന്റെ പേര് ശാണ്ഡില്യം - വാക്കിനർത്ഥം മുള്ളുകൊണ്ടു വേദനപ്പെടുത്തുന്നത്. മഴക്കാലത്തു പൂക്കുന്നത് അഭ്ര പുഷ്പാ, ആറ്റുവഞ്ഞിയുടെ പേരാണത്. അരണിയുടെ തണ്ട് കടഞ്ഞാണ് യാഗത്തിന് അഗ്നിയുണ്ടാക്കുന്നത്. അഗ്നി ഉള്ളിലടങ്ങിയിരിക്കുന്നത് എന്ന അർത്ഥത്തിൽ അത് അഗ്നിമന്ഥയാകുന്നു. പർവ്വതമുകളിൽ പൂപോലെ ശോഭിക്കുന്നതിനാൽ കുടകാലയെ ഗിരിമല്ലികാ എന്നു പേർ വിളിക്കുന്നു. വസന്തഋതുവിൽ പൂക്കുന്നതിനാൽ കുരുക്കുത്തിമുല്ല വാസന്തിയാണ്. സഹചാരി എന്ന വാക്കിന്നർത്ഥം ഒരുമിച്ചു സഞ്ചരിക്കുന്നതെന്നാണ്. കരിങ്കുറിഞ്ഞി പൂത്താൽ ഇതിലേക്ക് ആൺ വണ്ടുകൾ പെൺവണ്ടുകളുമായി സഞ്ചരിക്കുന്നതിനാൽ അത് സഹചരാ ആകുന്നു. പശുവിന്റെ ചെവിയുടെ ആകൃതിയിൽ ഇലയുള്ളതിനാൽ പെരുങ്കുരുമ്പയുടെ പേര് ഗോകർണ്ണി. കുരങ്ങന്മാർക്കുപോലും സ്പർശനത്തിൽ ചൊറിച്ചിലുണ്ടാക്കുന്നതിനാൽ നായ്ക്കുരുണ കപികഛു ആകുന്നു. എലിയുടെ ചെവിയുടെ ആകൃതിയിൽ ഇലകളുള്ളതിനാൽ എലിച്ചെവിയൻ എന്ന് മലയാളത്തിൽ പറയുന്ന ചെടിക്ക് മൂഷികപർണ്ണി എന്നു പേര്. വളരെ നീളമുള്ള വള്ളികളുള്ളതിനാൽ മഞ്ചട്ടി യോജനവലിയാണ്. അംബരത്തിലേക്കു (ആകാശം മുട്ടെ) വളരുന്നതിനാൽ അത്തിയുടെ പേര് ഉദുംബരം. കുതിരച്ചെവിയുടെ ആകൃതിയിൽ ഇലയുള്ളതിനാൽ മരുത് അശ്വകർണ്ണകയാണ്. ജീമൂതം എന്നാൽ മേഘം. ആകാശത്തു മേഘങ്ങൾ കാണുമ്പോൾ ഉള്ള ഉത്സാഹം കാഴ്ചക്കാർക്ക് നല്കുന്നതിനാൽ ദേവതാളിയെ ജീമൂതം എന്നു വിളിക്കുന്നു. മാടപ്രാവിന്റെ കാലുകളുടെ രൂപത്തിലുള്ളതിനാൽ കൊഴുപ്പച്ചെടിയെ കപോതാഘ്രി എന്നുവിളിക്കുന്നു. വർഷകാലത്തിൽ ധാരാളമായി വളരുന്നതിനാൽ ബ്രഹ്മി, വാർഷികമാണ്. അമ്മയെപ്പോലെ ആരോഗ്യം സംരക്ഷിക്കുന്നതിനാൽ പോറ്റമ്മ എന്ന അർത്ഥത്തിൽ നെല്ലിക്കയുടെ പേര് ധാത്രി. എപ്പോഴും മർമ്മരമുതിർത്തു ചലിച്ചുകൊണ്ടിരിക്കുന്നതിനാൽ അരയാൽ ചലദലയാണ്.

അഗസ്ത്യ നക്ഷത്രോദയത്തിൽ പുഷ്പിക്കുന്ന ചെടിക്ക് നക്ഷത്രത്തിന്റെ പേരു തന്നെ -അഗസ്തി. തേൻ വമിക്കുന്നതിനാൽ ഇരിപ്പമരത്തിനു മധുഷ്ഠീല (മധുവിനെ തുപ്പുന്നത്) എന്ന് പേര്. പൂത്തുലഞ്ഞു നില്ക്കുന്ന അശോക മരം നല്കുന്ന ഹൃദ്യമായ കാഴ്ച ആരുടെ ശോകത്തെയാണ് അകറ്റാത്തത്? ആയതിനാൽ അത് അശോകം. പ്ലാശിന്റെ പൂവ് കണ്ടാൽ തത്തയുടെ ചുണ്ടോ എന്നു സംശയിക്കും. ആ സന്ദേഹം തന്നെയാണ് പേരിലും കിം ശുക (തത്തയോ?) വയമ്പ് പൊട്ടിച്ചാൽ ഉഗ്രമായ ഗന്ധമുണ്ടാകും. ആയതിനാൽ അത് ഉഗ്രഗ്രന്ധാ. കാശ്മീര ദേശത്തിലുണ്ടായതുകൊണ്ട് പുഷ്കരമൂലത്തിന് കാശ്മീരം എന്നു പര്യായം. കാശ്മീരിൽ ഉണ്ടാകുന്ന കുങ്കുമച്ചെടിയുടെ പേരും തുല്യമാണ്,

'കാശ്മീരജന്മ'. തീജ്വാലപോലെ പൂക്കൾ ശോഭിക്കുന്നതിനാൽ താതിരി അഗ്നിജ്വാലയാകുന്നു.

ജാന്തവ ദ്രവ്യങ്ങൾ

ജന്തുക്കളിൽ നിന്നുമുള്ള ചില വസ്തുക്കൾ ഔഷധ നിർമ്മാണത്തിന് ഉപയോഗിക്കുന്നുണ്ട്. ക്ഷീരങ്ങളിൽ ഉത്തമം പശുവിൻപാലാണ്. പശുവിൻപാലിൽനിന്നുമുള്ള ഉല്പന്നങ്ങളും ഗോമൂത്രവും ചാണകനീരും ചേർന്നുള്ള അഞ്ചു ഘടകങ്ങളാണ് പഞ്ചഗവ്യം. തേൻ എട്ടു തരത്തിലുണ്ട്. ഭ്രാമരം, പൗത്തികം, ക്ഷൗദ്രം, മാക്ഷികം, ഛാത്രം, ആർഘ്യം, ഔദ്ദാലകം, ദാളം എന്നിവ. നേപ്പാൾ, തിബറ്റ്, ഹിമാലയ - വനങ്ങളിൽ കാണുന്ന കസ്തൂരിമാൻ പുറപ്പെടുവിക്കുന്ന കസ്തൂരിയും ഔഷധനിർമ്മാണ ദ്രവ്യമാണ്. (കസ്തൂരിമാനിനെ കൊല്ലുന്നത് ഇന്ത്യയിൽ നിരോധിച്ചിട്ടുണ്ട്.) മോസ്ചസ് മോസ്ഫിറസ് (moschus moschiferus) എന്ന വിഭാഗത്തിൽപ്പെടുന്ന മാനിന്റെ ജനനേന്ദ്രിയത്തിനു സമീപമുള്ള ഗ്രന്ഥിയിൽ നിന്നും സ്രവിക്കുന്നതാണു കസ്തൂരി (musk). മദകാലത്ത് ഇണയെ ആകർഷിക്കുന്നതിനാണ് ഈ മാനുകൾ കസ്തൂരി സ്രവിപ്പിക്കുന്നത്. കാശ്മീരം, നേപ്പാളജം, കാമരൂപജം എന്നിങ്ങനെ കസ്തൂരി മൂന്നുതരത്തിൽ ഉണ്ട്. ലാക്ഷാദി തൈലത്തിലെ പ്രധാന ചേരുവയാണ് ലാക്ഷാ - കോലരക്ക്. ലാസിഫർ ലാക്കാ (lacifer lacca) എന്ന സൂക്ഷ്മ ജീവി, ശിഖരങ്ങളും ഇലകളും നിബിഡമായിട്ടുള്ള അരയാൽ, പേരാൽ എന്നിങ്ങനെയുള്ള വൃക്ഷങ്ങളുടെ ശിഖരങ്ങളിൽ കോലരക്കുണ്ടാക്കുന്നു. ചില പ്രത്യേക സ്ഥലങ്ങളിലുള്ള വൃക്ഷങ്ങളിൽ മാത്രമേ ഈ ജീവി തമ്പടിക്കുകയുള്ളൂ. പശുവിന്റെയും കാളയുടെയും പിത്തം (bile) ഔഷധമായിപ്പറഞ്ഞിട്ടുണ്ട്. ഇതാണ് ഗോരോചനം. മാൻകൊമ്പ് (ശൃഗഭസ്മം) ആനക്കൊമ്പ് (ഹസ്തീദന്തം) ഇവയും ഔഷധങ്ങളാണ്. വരാടിക (marine shell) ഔഷധമാണ്. സൈപേറിയ മോണേറ്റ (cyperia moneta Linn) എന്ന സമുദ്ര ജീവിയുടെ അസ്ഥിഭാഗമാണിത്. മുത്ത് ഔഷധമാണ്. മണൽത്തരി, മുത്തുച്ചിപ്പി എന്ന ജലജീവിയുടെ തോടിനുള്ളിലാവുകയും അതിനെ പൊതിഞ്ഞുണ്ടാകുന്ന സ്രാവം കട്ടിയാവുകയും ചെയ്യുന്നതാണ് മുത്ത്.

ധാതവദ്രവ്യങ്ങൾ

മഹാരസങ്ങൾ എന്നറിയപ്പെടുന്ന അഭ്രകം (mica), വൈക്രാന്തം (manganese ore), സ്വർണ്ണമാക്ഷികം (copper pyrites), വിമല (iron pyrites), ഗോമൂത്രശിലാജതു (asphalt), കർപ്പൂരശിലാജതു (salt petre - pottassium nitrate), സസ്യകം (copper sulphate), ചപല (bismuth ore), രസകം (zinc ore) എന്നിങ്ങനെയുള്ളവ ഉപയോഗിച്ചുണ്ടാക്കുന്ന മരുന്നുകളെ 'രസൗഷധികൾ' എന്നു പറയുന്നു. അതീവശ്രദ്ധയോടെ ഉള്ള ശുദ്ധിക്രമങ്ങൾക്കു ശേഷമാണ് ഇവ ഉപയോഗിക്കുന്നത്. (കല്ലിൽനിന്നുമുള്ള ഊറലാണ് ശിലാജതു - കന്മദം) ഉപരസങ്ങൾ

എന്നറിയപ്പെടുന്ന ഗന്ധകം (sulphur), ഗൈരികം (red iron oxide), കാസിസം (ferrous sulphate), ഹരിതാലം (orpiment), മനശ്ശില (real-gar As2 S2) അഞ്ജനം (antimony and lead empounds) എന്നിവയും സ്വർണ്ണം, വെള്ളി, ചെമ്പ്, ഇരുമ്പ്, തുവർച്ചില ഉപ്പ്, ഇന്തുപ്പ്, കല്ലുപ്പ് എന്നിങ്ങനെയുള്ളവയും ഗുണനിരൂപണം നടത്തിക്കൊണ്ട് ഭേഷജങ്ങളായി ആയുർവ്വേദത്തിൽ ഉൾപ്പെടുന്നുണ്ട്. സ്വർണ്ണഭസ്മം, രജതഭസ്മം എന്നിവ യഥാക്രമം സ്വർണ്ണത്തിന്റെയും വെള്ളിയുടെയും സംസ്കരിച്ചെടുത്ത ഭസ്മങ്ങളാണ്. വളരെ സങ്കീർണ്ണമായ നിർമ്മാണരീതികളാണ് ഇവയ്ക്കുള്ളത്. കേരളത്തിലെ പേരുകേട്ട ചില ഔഷധനിർമ്മാണ ശാലകളും തമിഴ്നാട്, മഹാരാഷ്ട്ര എന്നിങ്ങനെയുള്ള സ്ഥലങ്ങളിലെ കമ്പനികളും ഇവയൊക്കെ നിർമ്മിച്ച് വിപണിയിൽ ലഭ്യമാക്കിയിട്ടുണ്ട്. കർപ്പൂരം ചേരുവയായിട്ടുള്ളവയാണ് കർപ്പൂരാസവവും കർപ്പൂരതൈലവും. കർപ്പൂരം ലയിപ്പിക്കാൻ ചാരായമാണ് (alcohol) ഉപയോഗിക്കുന്നത്. പവിഴപ്പുറ്റ് (പ്രവാളം) ഒരൗഷധമാണ്. കടൽവെള്ളത്തിൽ അടങ്ങിയിരിക്കുന്ന കാത്സ്യത്തിന്റെ ലവണങ്ങൾ കടൽ ജീവികളിൽ വളരെക്കാലമായി അടിഞ്ഞുണ്ടാകുന്നതാണ് പ്രവാളം. കാത്സ്യം കാർബണേറ്റ് ആണ് ഇതിൽ മുഖ്യമായുള്ളത്. അഗ്നിനക്രം എന്ന് ആയുർവ്വേദം നാമകരണം ചെയ്തിട്ടുള്ള തിമിംഗലത്തിന്റെ ജരായു (placenta) ജലത്തിൽ ഒഴുകി കരയിലടിഞ്ഞ് സൂര്യതാപത്തിൽ ഉണങ്ങി ഉണ്ടാകുന്ന അഗ്നിജാരം (അക്ളാരി എന്നും പറയും) ശുദ്ധിചെയ്ത് ഉപയോഗിക്കുന്ന ഒരൗഷധമാണ്.

ഇങ്ങനെ നാം ജീവിക്കുന്ന പ്രകൃതിയിലെ സസ്യജങ്ങളും ജന്തുജങ്ങളും ധാതവങ്ങളുമായ വസ്തുക്കളെ അവയുടെ ലഭ്യത അനുസരിച്ച് സ്വരസം (extract), അർക്കം (distillation), കഷായം (decoction), അരിഷ്ടം ആസവം (alcoholic medicaments), ചൂർണ്ണം (powder), ഭസ്മം (fine powder), എണ്ണ (medicated oil), ഘൃതം (medicated ghee), ലേഹ്യം (linctus), വർത്തി (medicated sticks), ഗുളിക (pills) എന്നിങ്ങനെയുള്ളവ നിർമ്മിച്ചെടുക്കുന്ന പ്രക്രിയ ആയുർവ്വേദത്തിന്റെ ബൃഹത് ഭൈഷജ്യകല്പനയിൽ (pharmacology) ഉണ്ട്. സംഹിതകൾക്കുപുറമേ *ഭൈഷജ്യരത്നാവലി, രസരത്നസമുച്ചയം, യോഗരത്നാകരം, അർക്കപ്രകാശം, ശാർങ്ഗധരസംഹിത* എന്നിങ്ങനെ ഇവ വിവരിക്കുന്ന ധാരാളം ആയുർവേദഗ്രന്ഥങ്ങളുണ്ട്.

നക്ഷത്രങ്ങളും ആകാശഗംഗയും

ജ്യോതിഷം (astrology) ജ്യോതിശാസ്ത്രം (astronomy) ഖഗോളോർജ്ജതന്ത്രം (astrophysics) എന്നിങ്ങനെ നക്ഷത്രങ്ങളോടു ബന്ധപ്പെട്ടുള്ള നിരവധി പഠനമേഖലകളുണ്ട്. ഇവയിൽ കാലികമായ ശാസ്ത്രവിജ്ഞാനങ്ങളെ കൂട്ടിയിണക്കിക്കൊണ്ട് വളരുന്ന രണ്ടു ശാസ്ത്രങ്ങൾ ജ്യോതിശാസ്ത്രവും ഖഗോളോർജ്ജതന്ത്രവുമാണ്. (ഖ-എന്നാൽ ആകാശം). ഇതിൽ ഖഗോളോർജ്ജതന്ത്രത്തിൽ പെടുത്താവുന്ന നക്ഷത്രപരിജ്ഞാനം ആയുർവ്വേദത്തിലുണ്ട്. തക്ഷശില, കാശി എന്നിവ ഭാരതത്തിലെ പ്രാചീന സർവ്വകലാശാലകളായിരുന്നല്ലോ? ഇതിൽ ബി സി 800 കാലഘട്ടത്തിൽ പ്രവർത്തിച്ചിരുന്ന ലോകോത്തര സർവ്വകലാശാലയായിരുന്നു തക്ഷശില. വേദപഠനം, ആയുർവ്വേദം, സൈനിക ആയുധവിദ്യകൾ, 18 തരം കലകൾ, രാഷ്ട്രപാലനം, നിയമപഠനം, ജ്യോതിശാസ്ത്രം തുടങ്ങി 68 വിഷയങ്ങളിൽ സംസ്കൃത ഭാഷയിൽ ഉന്നതവിദ്യാഭ്യാസം നല്കിയിരുന്നു തക്ഷശില. ആയുർവ്വേദത്തിലെ കായചികിത്സയിൽ (ജനറൽ മെഡിസിൻ) ബിരുദ-ബിരുദാനന്തര പഠനങ്ങൾ ഇവിടെ നടന്നുവന്നിരുന്നുവെന്നും ആയുർവ്വേദാചാര്യനായ ആത്രേയന്റെ കീഴിൽ അഗ്നിവേശൻ തുടങ്ങിയ പ്രമുഖർ ഇവിടെനിന്നും ആയുർവ്വേദം അഭ്യസിച്ചിരുന്നുവെന്നുമാണ് ചരിത്രം. പില്ക്കാലത്ത് അഗ്നിവേശസംഹിത പ്രതി സംസ്കരിച്ചെഴുതിയ ചരകൻ ഇവിടെ വിദ്യാർത്ഥിയും തുടർന്ന് അദ്ധ്യാപകനുമായിരുന്നുവെന്ന് പറയപ്പെടുന്നുണ്ട്. 10500 വിദ്യാർത്ഥികൾ ഒരേസമയത്ത് പഠിച്ചിരുന്നുവെന്ന് രേഖപ്പെടുത്തിയിട്ടുള്ള തക്ഷശിലാ സർവ്വകലാശാലയിൽ ഏറ്റവും ലോകശ്രദ്ധയാകർഷിച്ചിരുന്നത് അവിടുത്തെ 'ധർമ്മകുഞ്ച്' (അറിവിന്റെ മല) എന്ന് അറിയപ്പെട്ടിരുന്ന മൂന്ന് കെട്ടിടങ്ങളിലായി നിറഞ്ഞ് നിന്നിരുന്ന ലൈബ്രറിയും 'അംബുധ

രാവലി' എന്ന് പേരുണ്ടായിരുന്ന ആകാശനിരീക്ഷണകേന്ദ്രവുമായിരുന്നു. (എ ഡി 5-ാം നൂറ്റാണ്ടിൽ ഹൻ വംശജരാൽ ഈ പ്രതാപ സർവ്വകലാശാല തകർക്കപ്പെട്ടുവത്രെ. ഇന്നത്തെ പാകിസ്ഥാനിലെ റാവൽപിണ്ടിയിലായിരുന്നു ഈ സർവ്വകലാശാല. കാശി സർവ്വകലാശാലയിൽ ആയുർവ്വേദത്തിലെ ശല്യതന്ത്ര വിജ്ഞാനം (surgery) ആണ് പഠിപ്പിച്ചിരുന്നത്. സുശ്രുതൻ തുടങ്ങിയവർ ഇവിടുത്തെ വിദ്യാർത്ഥികളായിരുന്നു എന്നും ചരിത്രമുണ്ട്.)

ഏതായാലും ഈ 'അംബുധരാവലി'യിലെ നക്ഷത്രനിരീക്ഷണ പഠനത്തിന്റെ ഭാഗമായിട്ടാകാം സൂര്യചന്ദ്രന്മാർ, നക്ഷത്രങ്ങൾ തുടങ്ങിയവയ്ക്ക് ജീവജാലങ്ങളുടെ മേലുള്ള സ്വാധീനത്തെക്കുറിച്ച് ആയുർവ്വേദത്തിൽ നല്കിയിട്ടുള്ള ഹ്രസ്വവിവരണങ്ങൾ.

പ്രപഞ്ചമാകുന്ന സരസ്സിൽ നീന്തിത്തുടിക്കുന്ന 'രണ്ട് ഹംസങ്ങൾ' എന്നാണ് സൂര്യചന്ദ്രന്മാരെക്കുറിച്ചുള്ള കവിസങ്കല്പം. ശരത്കാലത്ത് കുടിക്കുവാനായി ആയുർവ്വേദം നിർദ്ദേശിച്ചിരിക്കുന്ന ഒരു പാനീയത്തിന്റെ പേര് 'ഹംസോദകം' എന്നാണ്. ശരത്കാല (ജൂലൈ 23 മുതൽ സെപ്തംബർ 22 വരെ) പ്രഭാതത്തിൽ, പൊടിയും മറ്റും വീഴാത്ത തരത്തിൽ വാവട്ടമുള്ള മൺകലത്തിൽ ശുദ്ധജലം നിറച്ച് മട്ടുപ്പാവിലോ മറ്റോ തുറന്നുവയ്ക്കുക. പകൽ മുഴുവൻ സൂര്യരശ്മികളേറ്റ് ചൂടാവാനും രാത്രിയിൽ ചന്ദ്രരശ്മികളേറ്റ് തണുക്കാനും അനുവദിക്കുക. ശരത്കാലത്താണ് അഗസ്ത്യനക്ഷത്രരശ്മികൾ ഭൂമിയിൽ പതിക്കാറുള്ളതെന്നതിനാൽ അതിന്റെ വിഷഹരവീര്യവും ജലത്തിലേല്ക്കും. ഈ ജലം അമൃതതുല്യം ആസ്വാദ്യകരമാണെന്നും ത്രിദോഷങ്ങളെ ശമിപ്പിക്കുന്നതും കഫത്തെ വർദ്ധിപ്പിക്കാത്തതുമാണെന്നാണ് ആയുർവ്വേദം പറഞ്ഞിരിക്കുന്നത്. ശരത്കാലം പിത്തദോഷകോപകാലമാണ്. പൈത്തികമായ രോഗങ്ങൾ ഉണ്ടാകാതിരിക്കാനുള്ള പ്രതിരോധവും ഒപ്പം ദാഹശമനിയുമാണ് ഈ ഹംസോദകം എന്ന് ചരക-സുശ്രുത സംഹിതകളിലും അഷ്ടാംഗഹൃദയത്തിലും പ്രകീർത്തിച്ചിരിക്കുന്നു. രാത്രികാലങ്ങളിൽ ഓരോരുത്തരും നിലാവേല്ക്കണമെന്ന പ്രത്യേകവിധിയും ശരത്കാലചര്യയിൽ പറഞ്ഞിട്ടുണ്ട്. വെറും നിലാവല്ല - 'സൗധധവളാം ചന്ദ്രികാം' - സൗധംപോലെ വെളുത്ത നിലാവാണേല്ക്കേണ്ടത്. (സൗധം - ചുണ്ണാമ്പ്).

ആയുർവ്വേദത്തിലെ ശമനചികിത്സയിൽ ഉപവാസം, വ്യായാമം എന്നിവയ്ക്കൊപ്പം ആതപസേവനം (വെയിൽ കൊള്ളുക) മാരുതസേവനം (കാറ്റേല്ക്കുക) എന്നിവയും നിർദ്ദേശിച്ചിട്ടുണ്ട്. വലിയ വെയിലുണ്ടെങ്കിൽ നേർത്ത തുണി പുതച്ച് വെയിലേല്ക്കണം. ഇലക്ട്രോമാഗ്നറ്റിക് റേഡിയേഷൻ, എക്സ്റേയ്സ്, അൾട്രാവയലറ്റ് രശ്മികൾ എന്നിങ്ങനെ സൂര്യതാപത്തിൽ കുഴപ്പം പിടിച്ച രശ്മികളുണ്ടെങ്കിലും മിതമായ രീതിയിൽ വെയിലേല്ക്കുന്നത് വൈറ്റമിൻ-ഡിയുടെ ലഭ്യതയ്ക്കും ശരീരത്തിലെ കൊഴുപ്പ് കുറയ്ക്കുന്നതിനും ഉപകാരപ്പെടുമെന്നും രോഗപ്രതിരോധശേഷി വർദ്ധിപ്പിക്കുമെന്നും ആധുനിക ശാസ്ത്രവും അംഗീകരി

ച്ചിട്ടുണ്ട്. സ്മൃതിഭ്രംശം (dimentia) മസ്തിഷ്ക കോശക്ഷയം, സോറിയാസിസ്, എക്സിമ എന്നിങ്ങനെ ഒരുപിടി രോഗങ്ങൾക്കും ശമനകരമായി ആതപസ്നാനം ശുപാർശചെയ്യുന്നുണ്ട്. അസ്ഥികൾക്കും പല്ലുകൾക്കും ബലംകിട്ടുന്നതിനും ശരീരത്തിലേക്ക് ഓക്സിജന്റെ പ്രസരം വർദ്ധിപ്പിക്കുന്നതിനും കൂടി ഉപദേശിക്കുന്ന ഈ പ്രക്രിയയെ സൺലൈറ്റ് തെറാപ്പി, ഹീലിയോ തെറാപ്പി എന്നിങ്ങനെയാണ് ഇന്ന് അറിയപ്പെടുന്നത്. താമര, സൂര്യന്റെ സാന്നിദ്ധ്യം കൊണ്ട് വിരിയുന്നതിനാൽ സൂര്യന് 'പത്മിനീപതി' (താമരയുടെ ഭർത്താവ്) എന്നൊരു വിശേഷണം തന്നെയുണ്ട്. സൂര്യന്റെ ഗതിക്കനുസരിച്ച് തലതിരിച്ച് പിടിക്കുന്ന സൂര്യകാന്തിക്കും ആദിത്യഭക്താ, സൂര്യമുഖി എന്നിങ്ങനെ പേരുകളുണ്ട്. സൂര്യകാന്തിയുടെ വിത്ത് ഉപയോഗിക്കുന്നവർക്ക് കാഴ്ചശക്തി ലഭിക്കുന്നത്, ഈ പൂവിനുള്ളിലേക്ക് സ്വീകരിക്കപ്പെടുന്ന സൂര്യപ്രകാശം ദാനം ചെയ്യുന്ന വീര്യമാണെന്നാണ് ആയുർവ്വേദമതം.

ചന്ദ്രൻ 'ഓഷധീശ'നാണ്. ഭൂമിയിലെ സസ്യസമ്പത്തിനാകെ ഔഷധവീര്യം നല്കുന്നത് ചന്ദ്രരശ്മികളാണെന്ന കാഴ്ചപ്പാടിലാണ് ചന്ദ്രൻ ഓഷധീശനായത്. ചന്ദ്രോദയത്തിൽ ആമ്പൽപ്പൂവ് വിരിയുന്നതിനാൽ ചന്ദ്രന് 'കുമുദബാന്ധവൻ' എന്നൊരു പര്യായം തന്നെയുണ്ട്. ജലാശയമാണ് ഉല്പത്തികേന്ദ്രം എന്നതിനാലാകണം താമരയും ആമ്പലും ശീതവീര്യഗുണമുള്ളവയുടെ ഗണത്തിലാണ് ഉൾപ്പെടുത്തിയിട്ടുള്ളത്. മഞ്ഞപ്പിത്തം, അസിഡിറ്റി എന്നിങ്ങനെ പിത്തപ്രധാനമായ രോഗങ്ങളിൽ നിർദ്ദേശിച്ചിട്ടുള്ള ദ്രക്ഷാദികഷായത്തിൽ മുന്തിരിങ്ങ, ഇലിപ്പ, നറുനീണ്ടി എന്നിങ്ങനെയുള്ള ശീതവീര്യ പ്രധാനമായ ഓഷധികൾക്കൊപ്പം താമരയും ആമ്പലും കൂടി ഉൾപ്പെടുത്തിയിരിക്കുന്നു. അതിവേനലുള്ള ദിവസം രാത്രിയിൽ ചന്ദ്രരശ്മികളേറ്റുകൊണ്ട് ദേഹത്ത് ചന്ദനവും പൂശി മട്ടുപ്പാവിൽ ഇരിക്കാമെങ്കിൽ ശരീരം ചൂടുരോഗങ്ങൾ കൊണ്ട് പീഡിതമാകാതെ രക്ഷിക്കാം. മുല്ലപ്പൂ, താമരപ്പൂവ്, ആമ്പൽപ്പൂവ് തുടങ്ങിയവകൊണ്ടുള്ള മാലധരിക്കുകയോ ഇവയുടെ ഇതളുകൾ വിരിച്ച കിടക്കയിൽ ശയിക്കുകയോ ഇവ നനച്ച് തൂങ്ങിയാടുന്ന തിരശ്ശീലകൾ കെട്ടിയ മുറിയിൽ ഉറങ്ങുകയോ ഒക്കെ ചെയ്ത് ചൂടിൽ നിന്നും മുക്തിനേടിക്കൊള്ളാനാണ് ഉപദേശം. ചന്ദ്ര, നക്ഷത്രരശ്മികളേറ്റു തണുത്ത എരുമപ്പാൽ കുടിക്കുന്നതും വേനല്ക്കാലത്ത് നല്ലതുതന്നെ.

സപ്തർഷികൾ എന്നറിയപ്പെടുന്ന നക്ഷത്രക്കൂട്ടം (Ursamajor), അരുന്ധതി നക്ഷത്രം (Alcer) ധ്രുവ നക്ഷത്രം (Polaris), ആകാശഗംഗ (Milky way), പൂയം നക്ഷത്രം (d-Cancri), ഭരണി (Arietis), കാർത്തിക (h-Tauri) ആയില്യം (h-Hydrae), പൂരം (d-Leonis), പൂരാടം (Sagittari), പൂരുരുട്ടാതി (a-Pegasi) എന്നിവയെക്കുറിച്ച് സന്ദർഭാനുസാരേണ ആയുർവ്വേദ സംഹിതകളിൽ പ്രതിപാദിച്ചിട്ടുണ്ട്. ആകാശത്ത് ഏതാണ്ട് വടക്കുകിഴക്കായി ഉദിക്കുന്ന നക്ഷത്രക്കൂട്ടമാണല്ലോ 'സപ്തർഷികൾ' എന്നറിയപ്പെടുന്നത്. യൂറോപ്യന്മാർ ഇതിനെ വലിയകരടി (Ursa Major) എന്ന് നാമകരണം ചെയ്തിട്ടുള്ളതിനുകാരണം ഈ നക്ഷത്രങ്ങളെ ബിന്ദുക്കളാക്കി ചേർത്തു വരച്ചാൽ ഒരു കരടിയുടെ രൂപം കിട്ടും എന്നതിനാലാണ്. എന്നുമാത്രമല്ല രാവേറെച്ചെല്ലുംതോറും കരടിയുടെ വാൽ ആടുന്നതുപോലെ ദിശമാറി വരുന്നുമുണ്ട്. ഈ നക്ഷത്രക്കൂട്ടങ്ങളിലെ ഏഴുനക്ഷത്രങ്ങളുടെ പേരുകൾ അഷ്ടാംഗഹൃദയ വ്യാഖ്യാതാവ് എടുത്തുപറഞ്ഞിട്ടുണ്ട്. അതും അവയുടെ ആധുനിക നാമങ്ങളും താഴെക്കുറിക്കുന്നു. മരിചി (Alkaid), വസിഷ്ഠൻ (Mizar), അംഗരസ് (Alioth), അത്രി (Megrez), പുലസ്ത്യൻ (Phecde), പുലഹൻ (Merak), ക്രതു (Dubhe) ഇവയുടെ അടുത്തായി മങ്ങിയ ഒരു നക്ഷത്രമുണ്ട്. അതാണ് അരുന്ധതി (Alcer). അധികമകലെയല്ലാതെ ധ്രുവനെയും (Polaris) കാണാം. (നക്ഷത്രങ്ങൾക്ക് 'താരം' എന്നൊരു പര്യായവുമുണ്ട്. തരിപ്പാൻ (അറിയാൻ) സഹായിക്കുന്നതു താരം. അതായത് തോണിക്കാർക്ക് ദിക്ക് അറിഞ്ഞു കരയ്ക്കണയാൻ സഹായിക്കുന്നതിനാൽ താരം. ധ്രുവനക്ഷത്രം എല്ലായ്പ്പോഴും കാണാമെന്നതിനാൽ ഈ നക്ഷത്രത്തെയാണു പ്രധാനമായും നോക്കി തോണിക്കാർ ദിശ അറിഞ്ഞിരുന്നത്.) നക്ഷത്രങ്ങൾക്കുള്ള മലയാളം പേരുകളാകട്ടെ പുരാണകഥകളോട് ബന്ധപ്പെട്ടിട്ടുള്ളതാണ്. ഇവയെല്ലാം ഇതേ പേരിൽ തന്നെയാണ് ഭാരതത്തിലെ ഖഗോള ഊർജ്ജതന്ത്ര ശാസ്ത്രജ്ഞന്മാർ ഇന്നും വിളിക്കുന്നത്.

നക്ഷത്രങ്ങളുടെ അതിനിബിഡത നിമിത്തം ആകാശത്ത് ഒരു പ്രകാശധോരണി തെക്കു വടക്കുനീളത്തിൽ തെളിഞ്ഞുകാണുന്നതാണ് milky way എന്ന ഗ്യാലക്സി. മിൽക്കിവേയുടെ മലയാളം പേര് ആകാശഗംഗ എന്നാണ്. ഈ പേര് പണ്ട് പണ്ട് ആരോ വിളിച്ചതാകാം. എങ്കിലും മിൽക്കിവേ എങ്ങനെ ആകാശഗംഗയാകും? *അമരകോശ*ത്തിൽ ഉള്ള ഒരു വിവരണത്തെ ഇതോടു യോജിപ്പിക്കാമെന്നു തോന്നുന്നു. ഭാരതത്തിൽ പുണ്യനദിയായി സങ്കല്പിച്ചിട്ടുള്ള ഗംഗയ്ക്ക് 'ത്രിസ്രോത' (മൂന്നുവിധം ഒഴുക്കുള്ളത്) എന്നൊരു പര്യായമുണ്ട്. പ്രയാഗയിൽവച്ച് കാളിന്ദിയും സരസ്വതിനദിയും ഗംഗയോട് ചേരുന്നു. കാളിന്ദിയുടെ ജലം കറുത്തതും ഗംഗാജലം പാലുപോലെ വെളുത്തതും സരസ്വതിനദിയിലെ ജലം സാധാരണവുമാണെന്നാണ് സങ്കല്പം. ആയതിനാൽ പ്രയാഗയിൽ നിന്നും കീഴോട്ടുള്ള ഗംഗാപ്രവാഹത്തിനു മേല്പറഞ്ഞ പ്രകാരമുള്ള മൂന്നു നിറവും കാണാമത്രെ. ഇങ്ങനെ പാൽപോലെ ഒഴുകുന്ന ഗംഗയ്ക്കു തുല്യം ആകാശത്തു ദീർഘമായി ഒരു പ്രകാശം കാണപ്പെടുന്നതിനാലാകാം ഈ ഗ്യാലക്സിക്ക് 'ആകാശഗംഗ' എന്നു പേര് സിദ്ധിച്ചിരിക്കുന്നതെന്നു വേണം കരുതാൻ. (ആധുനിക വീക്ഷണത്തിൽ ആകാശഗംഗ ഗ്യാലക്സി ചുറ്റിയ (spiral) രൂപത്തിലാണ്). 'ക്ഷീരപഥം' എന്ന് മിൽക്കിവേയ്ക്ക് ഭാഷാവിവർത്തനമുണ്ടെന്നുള്ളതും ആലോചനാമൃതമാണ്. (ക്ഷീരപഥത്തിലുള്ള കോടിക്കണക്കിനു സൗരയൂഥങ്ങളിലൊന്നിലാണ് നാം അധിവസിക്കുന്ന ഭൂമി ഉൾപ്പെട്ടിട്ടുള്ളത് എന്ന

യാഥാർത്ഥ്യം ആധുനിക ശാസ്ത്രസമ്മതമാണല്ലോ!)ഏതായാലും സപ്തർഷികളെയും അരുന്ധതി - ധ്രുവ നക്ഷത്രങ്ങളെയും ആകാശഗംഗയെയും തെളിഞ്ഞ ആകാശത്തിൽ നഗ്നദൃഷ്ടികൾകൊണ്ടു നമുക്ക് കാണാനാവും. ഇങ്ങനെ ഒരാൾക്കു കാണാൻ കഴിയുന്നില്ലെങ്കിൽ അയാൾക്ക് ആയുസ്സ് സംബന്ധമായും ആരോഗ്യസംബന്ധമായും പ്രശ്നമുണ്ടെന്നാണ് ആയുർവ്വേദമതം. ഇവയുടെ സ്വാധീനം ഭൂമിയിലെ ചരാചരങ്ങളിലുണ്ടെന്ന് ആയുർവ്വേദം പല ഭാഗങ്ങളിൽ പരാമർശിക്കുന്നുണ്ട്.

പൂയം നക്ഷത്രത്തിന് (d-cancri) ആയുർവ്വേദം വലിയ പ്രാധാന്യം നല്കിയിരിക്കുന്നു. പ്രശസ്തമായ 'പുഷ്യാനുഗചൂർണ്ണ'ത്തിന്റെ നിർമ്മിതിയിൽ ഇതു ഏറെ വ്യക്തമാക്കിയിട്ടുണ്ട്. പാടക്കിഴങ്ങ്, ഞാവൽക്കുരു, മാങ്ങയണ്ടിപ്പരിപ്പ് തുടങ്ങി ഇരുപത്തഞ്ചോളം മരുന്നുകൾ ചേർത്തുണ്ടാക്കുന്നതാണ് 'പുഷ്യാനുഗചൂർണ്ണം'. പൂയം നക്ഷത്രത്തിന്റെ സംസ്കൃതപേരാണ് 'പുഷ്യം'. ഈ മരുന്നുകൾ പൂയം നക്ഷത്രനാളിൽ വേണം പൊടിക്കുവാൻ. തേനിൽകുഴച്ച് അരി കഴുകിയ വെള്ളത്തിൽ ചേർത്ത് അമിതാർത്തവസ്രവണം, രക്താതിസാരം, രക്താർശസ് എന്നിങ്ങനെയുള്ള അവസ്ഥകളിൽ നല്കാവുന്നതാണ്. രക്താതിസ്രുതിയിൽ സിദ്ധൗഷധമാണിതെന്നു സാരം. 'പുംസവനപ്രയോഗം' (ആൺസന്തതികളുണ്ടാകാനുള്ള ഔഷധപ്രയോഗങ്ങൾ) നടത്താൻ വിധിച്ചിട്ടുള്ളതും പൂയം നക്ഷത്രനാളിലാണ്. കുട്ടികൾക്ക് ഓർമ്മശക്തിയും ബുദ്ധിയും വളരാൻ നിർദ്ദേശിച്ചിട്ടുള്ള 'മഹാസാരസ്വതഘൃതം' ഉണ്ടാക്കേണ്ടതും പൂയം നക്ഷത്രത്തിലാണ്. ശരീരപുഷ്ടി, ധാരണാശക്തി, ഓർമ്മശക്തി, നിറം എന്നിവ ലഭിക്കാൻ കുട്ടികൾക്കു വേണ്ടി പറഞ്ഞിട്ടുള്ള നാലു 'പ്രാശന'ങ്ങളും കൊടുക്കാൻ വിധിച്ചിരിക്കുന്നതും പൂയം നക്ഷത്രദിവസമാണ്. ഗുഗ്ഗുല്യാദിധൂപനം, ദശാംഗധൂപനം എന്നിങ്ങനെ അണുസംക്രമണം തടയാൻ പുകയ്ക്കുന്നതിനായി പറയപ്പെട്ടിട്ടുള്ള യോഗങ്ങളിലെ ഔഷധങ്ങളും പൂയം നക്ഷത്രത്തിൽ ശേഖരിക്കണമെന്നാണു വിധി. എത്രയോ പ്രകാശവർഷം അകലെ നില്ക്കുന്ന പൂയം നക്ഷത്രത്തിന് (d- cancri) ഈ ഔഷധങ്ങളെയും പ്രയോഗങ്ങളെയും വീര്യവത്താക്കാനുള്ള ശേഷിയുണ്ടെന്നത് എങ്ങനെ വിശകലനം ചെയ്യാനാവും? തലപുകയ്ക്കുന്ന ഒരു ചോദ്യമാണത്. ഒരു പക്ഷേ, UNESCO യുടെ ലോകപൈതൃക പട്ടികയിൽ ഇന്ന് ഇടം നേടിയിട്ടുള്ള, തക്ഷശില എന്ന സർവ്വകലാശാലയിലെ *അംബുധരാവലി*യിൽ ഇതിനുള്ള ഉത്തരങ്ങൾ ഉണ്ടായിരുന്നിരിക്കാം.

ജനിതകരോഗങ്ങളും ജന്മപ്രകൃതിയും

'പ്രകൃഷ്ടേണകൃതി' പ്രകൃതി, കൃഷ്ടം എന്നാൽ ഉഴുകുക. ശരിയാംവണ്ണം ഉഴുത് വിത്തു വിതയ്ക്കുന്നതാണ് പ്രകൃതി. ഇങ്ങനെ പ്രകൃതിയെ പുനർനവീകരിക്കാൻ മനുഷ്യനുമാത്രമേ സാദ്ധ്യമാകൂ. ആയതിനാൽ സസ്യപ്രകൃതിയും ജന്തുപ്രകൃതിയും മനുഷ്യപ്രകൃതിയും - മനുഷ്യന്റെ പ്രകൃഷ്ടമായ കൃതിയുടെ ഉല്പന്നങ്ങളാകുന്നു. ഇവയോടൊപ്പം ഭൂമിയുടെ നിമ്നോന്നതങ്ങളും ജലാശയങ്ങളും ആകാശവും ചേരുമ്പോൾ നാം സാധാരണരീതിയിൽ കല്പിക്കുന്ന പ്രകൃതിയായി. നമ്മുടെ ചുറ്റാകെ കാണുന്ന പ്രകൃതിക്ക് പുറമെ മനുഷ്യരിൽ അന്തഃസ്ഥിതമായിരിക്കുന്ന മറ്റൊരു പ്രകൃതിയെക്കുറിച്ച് ആയുർവ്വേദം വിവരിച്ചിട്ടുണ്ട്. അതാണ് 'ജന്മപ്രകൃതി'. ഗർഭാധാന സമയം, സ്ത്രീ-പുരുഷ ബീജസംയോഗത്തിൽ നിന്നാണ് ശിശുവിൽ ഈ പ്രകൃതി രൂപപ്പെടുന്നത്. ഇങ്ങനെ ഏഴ് പ്രകൃതികളുണ്ട്. വാതപ്രകൃതി, പിത്തപ്രകൃതി, കഫപ്രകൃതി, വാത-പിത്തപ്രകൃതി, കഫ -പിത്തപ്രകൃതി, വാത -കഫപ്രകൃതി, സമദോഷപ്രകൃതി, (വാത-പിത്ത-കഫപ്രകൃതി). ഓരോ മനുഷ്യരും ഇതിലേതെങ്കിലും ഒരു പ്രകൃതിയിൽപ്പെട്ടവരായിരിക്കും. മാതാപിതാക്കളുടെ ബീജങ്ങളിൽ ഏത് പ്രകൃതിയാണോ മുന്നിട്ട് നില്ക്കുക, അതായിരിക്കും ശിശുവിന്റെ പ്രകൃതിയായി രൂപംകൊള്ളുക. ജന്മപ്രകൃതിക്ക് മരണംവരെയും മാറ്റമുണ്ടാവില്ല. ഒരു വ്യക്തിയുടെ എല്ലാ സവിശേഷതകളും ജന്മപ്രകൃതി പ്രദാനം ചെയ്യുന്നതാണ്. എല്ലാ പ്രകൃതികളിലും വച്ച് ഏറ്റവും ശ്രേഷ്ഠമായത് സമദോഷപ്രകൃതി (സന്നിപാത പ്രകൃതി എന്നും പറയും) യാണ്. അതു കഴിഞ്ഞാൽ ഉത്തമം കഫപ്രകൃതിയാണ്. വാതപ്രകൃതി ഹീനവും പിത്തപ്രകൃതി മദ്ധ്യമവുമാണ്. ദ്വിദോഷജ പ്രകൃതി നിന്ദ്യമാകുന്നു. സന്താനത്തിന്റെ പ്രകൃതി ശ്രേഷ്ഠം-

ഉത്തമഗുണമുള്ളതാകണമെന്ന് ആഗ്രഹിക്കുന്ന മാതാപിതാക്കൾ ഹിതമായ ചര്യകൾകൊണ്ട്, സന്താനോല്പാദനത്തിന് മുമ്പ് തന്നെ ബീജശുദ്ധി വരുത്തണം. വിവാഹത്തിന് മുമ്പ് ഇത്തരത്തിലുള്ള ആരോഗ്യരക്ഷാ ചികിത്സയ്ക്കും പഥ്യങ്ങൾക്കും വിധേയമാകുന്നത്, ഭാരകതത്തിൽ പണ്ടുകാലത്ത് ഒരു ആചാരമായി അനുഷ്ഠിച്ചിരുന്നു. ആയുർവ്വേദം വിധിക്കുന്നത് പഞ്ചശോധന ചികിത്സയാണ്. (പഞ്ചകർമ്മ ചികിത്സ). ജന്മനായുള്ള രോഗങ്ങളും തുടർന്നുള്ള പല രോഗങ്ങളുടെ വ്യക്തീഭാവവും ദൂഷിത ബീജങ്ങളിൽ നിന്നാണെന്നാണ് ആയുർവ്വേദ മതം.

മാതാവിന്റെ അശുദ്ധ ബീജത്താൽ ചർമ്മരോഗങ്ങൾ, രക്ത-മാംസ മേദോജന്യ രോഗങ്ങൾ, നാഭി-ഹൃദയ-പ്ലീഹാ(spleen)-വൃക്ക-ആമാശയ-പക്വാശയ (large intestine) ഉത്തരഗുദ (rectum) അധരഗുദ (anus) ക്ഷുദ്രാന്ത്ര (small intestine) വപ(omentum)ആശ്രിത രോഗങ്ങളും പിതാവിന്റെ ബീജ അശുദ്ധിയാൽ കേശ-നഖ-അസ്ഥി-സിരാ (vein)-ധമനി (arteries)-ശുക്ലാശ്രിത രോഗങ്ങളും. മാതാവും പിതാവും ഗർഭാധാരണത്തിന് മുമ്പ് വിരുദ്ധ അസാത്മ്യ ആഹാരങ്ങൾ ശീലിക്കുകമൂലം അവരിൽ നിന്നും ജനിക്കുന്ന കുട്ടിക്ക് രോഗപ്രതിരോധശേഷിക്കുറവ്, ഇന്ദ്രിയങ്ങൾക്ക് വിഷയഗ്രഹണ ദുർബ്ബലത (weakness in sensory centres) സ്വരവൈകൃതം, വർണ്ണപ്രസാദമില്ലായ്മ, മനോദുഃഖം എന്നിവയുണ്ടാകുമെന്ന് സുശ്രുതൻ വ്യക്തമാക്കിയിരിക്കുന്നു. ജന്മനാ ഉള്ളിലടങ്ങിയിരിക്കുന്ന ഇത്തരം രോഗവിത്തുകൾ അനുകൂല സാഹചര്യം വരുമ്പോൾ രോഗമായി മുളപൊട്ടും. മദ്യം, മയക്കുമരുന്ന്, അത്യദ്ധ്വാനം, വ്യായാമമില്ലായ്മ, അനാരോഗ്യകരമായ ജീവിതശൈലി ഇതൊക്കെയാണ് അനുകൂല സാഹചര്യങ്ങൾ സൃഷ്ടിക്കുന്ന ഘടകങ്ങൾ. ഇതിൽ മാതാവിന്റെ ബീജദോഷമാണ് അതീവ ഗുരുതരരോഗങ്ങൾക്ക് കാരണമാകുന്നത്. കാരണം അത് സന്തതിയുടെ രക്തധാതുവിനെയും മാംസധാതുവിനെയും മേദോധാതുവിനെയും ദുഷിപ്പിക്കുന്നു എന്നതാണ്. ഈ ഓരോ ധാതുവിന്റെയും ദൂഷ്യത്തിൽ ഒരു രോഗം പൊതുവായി പറയുന്നുണ്ട്. അതാണ് അർബുദം (cancer). അർബുദരോഗത്തിന്റെ കാരണം ഇന്നും അജ്ഞാതമാണല്ലോ!. ആയുർവ്വേദ സിദ്ധാന്തം വച്ചുനോക്കിയാൽ അതിനുള്ള കാരണം അമ്മയുടെ ബീജദോഷമാണ്. അർബ്ബുദ രോഗത്താൽ സന്തതി ക്ലേശിക്കപ്പെടാതിരിക്കാൻ ശുദ്ധിയും ചികിത്സയും മുൻകൂട്ടി നടത്തേണ്ടത് അമ്മയിലാണെന്ന് സാരം. (സന്തത്യുല്പാദനത്തിന് മുമ്പ്). ഇനി രക്ത-മാംസ-മേദോധാതു ദൂഷ്യത്താൽ അടുത്ത തലമുറയിൽ വ്യക്തീഭവിക്കാൻ സാദ്ധ്യതയുള്ള മറ്റു രോഗങ്ങളിൽ ചിലതുകൂടി സുശ്രുതൻ പറഞ്ഞിട്ടുള്ളതു കേൾക്കുക. ഗളഗണ്ഡം (Goitre), വിസർപ്പം (cellulitis), ഇന്ദ്രലുപ്തം (alopacia), വാതരക്തം (gouti arthritis), അർശസ്, ആന്ത്രവീക്കം (inguinal hernia), മധുമേഹം (diabetis), അതിസ്ഥൂലത (obesity) തുടങ്ങിയവ. ശ്രേഷ്ഠസന്താനലബ്ധി ആഗ്രഹിക്കുന്ന

ദമ്പതികൾ നാലു പ്രധാന ഘടകങ്ങൾ സംശുദ്ധമാക്കിക്കൊണ്ട് വേണം സന്തത്യുല്പാദനാർത്ഥം സംയോഗത്തിലേർപ്പെടാൻ എന്ന് സുശ്രുതാചാര്യൻ നിഷ്കർഷിച്ചിട്ടുള്ളത് ആയതിനാൽ തികച്ചും അർത്ഥവത്താകുന്നു. ഋതു (ovulation period), ക്ഷേത്രം (uterus), അംബു (nourishments), ബീജം (pure semen and ovum). ഇതുകൊണ്ട് അങ്കുരം (germination) യഥാവിധി സംഭവിക്കും. കുട്ടിയുടെ ജന്മപ്രകൃതി ആരോഗ്യവത്തായുള്ളത് രൂപപ്പെടും.

സ്വാഭാവികമായും ഒരു സംശയം വരാം. വാതം, പിത്തം, കഫം എന്നിവ ദോഷങ്ങളല്ലേ? ആ നിലയ്ക്ക് ഇവയുടെ ആധിക്യമുള്ള പ്രകൃതി രോഗങ്ങളുണ്ടാക്കുകയല്ലേ ചെയ്യുക? ചെറിയ കാരണങ്ങൾകൊണ്ടു പോലും ദൂഷിതമാകാൻ സാദ്ധ്യതയുള്ളവ എന്ന അർത്ഥത്തിലാണ് വാതപിത്തകഫങ്ങളെ ദോഷങ്ങൾ എന്ന് പറയുന്നത്. ഇവ സമാവസ്ഥയിൽ നില്ക്കുന്നത് ആരോഗ്യം പ്രദാനം ചെയ്യുന്നതാണ്. സ്വസ്ഥന്റെ (ആരോഗ്യവാൻ) ലക്ഷണത്തിൽ ആയുർവ്വേദം പറയുന്ന ആദ്യഘടകമാണ് സമദോഷസ്ഥിതി. എല്ലാ ആയുർവ്വേദഗ്രന്ഥങ്ങളും ഇതിന് ഒരു ഉദാഹരണം തന്നെയാണ് പറയുന്നത്. അതിങ്ങനെ -'വിഷത്തിൽ വിഷകൃമി' എന്നപോലെ. വിഷത്തിൽ വളരുന്ന വിഷകൃമിക്ക് ആ വിഷം ഹാനികരമാകില്ലല്ലോ? കുറച്ചുകൂടി ലളിതമായി പറഞ്ഞാൽ സർപ്പവിഷം സർപ്പത്തിന് ഹാനികരമാകാത്തതുപോലെ ജന്മദോഷപ്രകൃതികൾ വ്യക്തിയെ ഹനിക്കുകയില്ല. മറിച്ച് സ്വഭാവം, ശീലം, പെരുമാറ്റം രോഗപ്രതിരോധശേഷി എന്നിങ്ങനെയുള്ള നിരവധി കാര്യങ്ങളിലൂടെ അയാളുടെ വ്യക്തിത്വം പ്രകടിപ്പിക്കുന്നതാണ് 'ജന്മ പ്രകൃതി'.

ഏഴുതരം ജന്മപ്രകൃതികളുടെ ലക്ഷണങ്ങളെക്കുറിച്ച് ആയുർവ്വേദത്തിന്റെ ആധികാരിക ഗ്രന്ഥങ്ങളിലെല്ലാം വിവരണങ്ങളുണ്ട്. വിസ്താരഭയത്താൽ അത് ഇവിടെ കുറിക്കുന്നില്ല. ഒരു വ്യക്തി ആരോഗ്യപ്രശ്നങ്ങളുമായി ചികിത്സകനെ സമീപിച്ചാൽ പത്തുകാര്യങ്ങൾ ഒന്നൊന്നായി പരിശോധിക്കണം എന്നാണ് ആയുർവ്വേദ വിധി. ജന്മപ്രകൃതി അതിൽ ഒന്നാണ്. ത്രിദോഷാടിസ്ഥാനത്തിലുള്ള ഈ ജന്മപ്രകൃതിക്ക് പുറമേ മാനസികഭാവങ്ങൾക്കനുസരിച്ചുള്ള പ്രകൃതിയെക്കുറിച്ചും ആയുർവ്വേദം വിവരിച്ചിട്ടുണ്ട്. സത്വം, രജസ്, തമസ് എന്നിവയാണ് മനസ്സിന്റെ ഗുണങ്ങൾ. ഇതിൽ സത്വഗുണമാണ് ശ്രേഷ്ഠം. അതുകൊണ്ടുതന്നെ മറ്റുരണ്ടും മനസ്സിന്റെ ദോഷങ്ങളായും പറഞ്ഞിരിക്കുന്നു. ശുദ്ധസ്വഭാവികളും സ്ഥിരബുദ്ധികളും തേജസ്വികളുമായിരിക്കും സത്വഗുണമുള്ളവർ. ശൂരത, മത്സരബുദ്ധി, കൂടുതൽ സ്വായത്തമാക്കാനുള്ള ത്വര എന്നിവ രജോഗുണങ്ങളുള്ളവരിൽ കാണാം. അജ്ഞാനം, അസംതൃപ്തി, വിഷാദം, അലസത എന്നിവയാണ് തമോഗുണങ്ങളിൽ വരുന്നത്. ഈ മനോഗുണങ്ങൾ ഒറ്റയ്ക്കായും, ഈരണ്ടെണ്ണം ചേർന്നും, മൂന്നും ഒരുമിച്ചും ഏഴുതരം മാനസികപ്രകൃതികളുണ്ടാവുന്നു. സത്വപ്രകൃതി, രജഃപ്രകൃതി, തമപ്രകൃതി,സത്വരജഃപ്രകൃതി, സത്വതമപ്രകൃതി,

രജസ്തമപ്രകൃതി, സമഗുണപ്രകൃതി എന്നിവയാണവ. ഈ മാനസിക പ്രകൃതികളും മാതാപിതാക്കളുടെ ബീജങ്ങളിലൂടെയും ഗർഭിണിയുടെ ശീലങ്ങളിലൂടെയും ഗർഭാവസ്ഥയിൽതന്നെ ശിശുവിൽ രൂപംകൊള്ളുന്നുവെന്ന് ആയുർവ്വേദം സിദ്ധാന്തിക്കുന്നു. ശിശു വളരുന്നതോടെ വിവിധഘട്ടങ്ങളിലൂടെ ജന്മപ്രകൃതി ലക്ഷണങ്ങളും മാനസിക പ്രകൃതിലക്ഷണങ്ങളും പ്രകടമായിത്തുടങ്ങും.

ഇങ്ങനെ ഓരോ മനുഷ്യരും വ്യത്യസ്തരായതിനാൽ ഒരേരോഗം എല്ലാവരേയും ബാധിക്കുക എന്നത് അസംഭാവ്യമാണെന്നാണ് ആയുർവ്വേദസിദ്ധാന്തം. ജന്മപ്രകൃതി, ആഹാരം, സാത്മ്യം, വയസ്സ് എന്നിവ വ്യക്തികൾതോറും വ്യത്യസ്തമായതിനാൽ രോഗപ്രതിരോധശേഷിയും രോഗം ബാധിക്കാനുള്ള സാഹചര്യങ്ങൾ ഇണങ്ങിവരുന്നതും വ്യത്യസ്തമാകുന്നതിനാലാണ് ഇങ്ങനെ. ഒരു പകർച്ചവ്യാധിക്ക് കാരണമായ കൊതുകോ എലിയോ ഈച്ചകളോ ഒരു സമൂഹം മുഴുവൻ രോഗം വിതയ്ക്കുന്നുവെന്ന് പറയുമ്പോഴും ഇവയുടെ സമ്പർക്കത്തിൽപ്പെട്ടാലും ചിലർ രോഗബാധിതരാകാതെ അവശേഷിക്കുന്നത് ഈ വ്യത്യസ്തത മൂലമാണ്.

എന്നാൽ ഈ വ്യത്യസ്തതയെ മറികടന്ന് രോഗം എല്ലാവരെയും ബാധിക്കാവുന്ന ഒരവസ്ഥയുമുണ്ട്. മേല്പറഞ്ഞ ഭിന്നതകൾക്കുമപ്പുറം എല്ലാ മനുഷ്യരും ഒരുപോലെ ഉപയോഗിക്കുന്ന നാലുഘടകങ്ങൾ - വായു, ജലം, ഭൂമി, കാലം- ദൂഷിതമാകുന്നതിനാലാണ് വ്യക്തിയുടെ തനതായ സകല പ്രതിരോധങ്ങളെയും പരാജയപ്പെടുത്തി രോഗം പരക്കെ ബാധിക്കുക. അവിടെ ജന്മപ്രകൃതി രക്ഷകനാകുകയില്ല. ഈ നാലുഘടകങ്ങളും ദൂഷിതമാകുന്നത് പ്രകൃതി ദുരന്തങ്ങൾ സംഭവിക്കുമ്പോഴാണ്. *ചരകസംഹിത*യിൽ -ജനപദോദ്ധ്വംസനീയം എന്ന അദ്ധ്യായത്തിൽ ഇതേക്കുറിച്ച് സവിസ്തരം പ്രതിപാദിച്ചിട്ടുണ്ട്.

പ്രകൃതിദുരന്തങ്ങൾ

ഭൂകമ്പം, ഉരുൾപൊട്ടൽ, ഉല്ക്കാപാതം, ഇടിമിന്നൽ, കൊടുങ്കാറ്റ്, സമുദ്രതിരമാലകളുടെ ക്ഷോഭം എന്നിങ്ങനെ പ്രകൃതിദുരന്തങ്ങൾ നിരവധിയാണല്ലോ. ഇവയിൽ പലതിനെയും ഇപ്പോൾ നേരത്തേ മനസ്സിലാക്കി ജനരക്ഷയ്ക്കുള്ള മാർഗ്ഗങ്ങൾ സ്വീകരിക്കാൻ കഴിയുന്ന തരത്തിൽ ശാസ്ത്രം വളർന്നുകഴിഞ്ഞു. പക്ഷേ, ഭൂകമ്പം, ഉല്ക്കാപാതം എന്നിവ ഇന്നും ശാസ്ത്രത്തിന്റെ പിടിയിലൊതുങ്ങാത്തവണ്ണം ദുഷ്കരമായി സംഭവിച്ചുകൊണ്ടേയിരിക്കുന്നു. പ്രാകൃത മനുഷ്യൻ ഈ പ്രകൃതിദുരന്തങ്ങൾ, പ്രകൃതിദേവതമാരുടെ 'ക്ഷോഭ'ത്തിന്റെ പ്രതിഫലനമായിട്ടാണ് കണ്ടിരുന്നത്. രോഗവും മരണവുമെല്ലാം ഇങ്ങനെ വ്യാഖ്യാനിക്കപ്പെട്ടിരുന്നു. ആ മനുഷ്യ സമൂഹത്തെക്കുറിച്ച് *ലോകചരിത്രസംഗ്രഹ*ത്തിൽ ശ്രീ. എച്ച് ജി വെത്സ് (വിവർത്തനം: ശ്രീ. സി അച്യുതമേനോൻ) എഴുതിയിട്ടുള്ളത് ഇങ്ങനെയാണ്–

> പ്രാകൃതമനുഷ്യൻ ഒരു ശിശു ചിന്തിക്കുന്നതുപോലെയായിരിക്കും ചിന്തിച്ചിട്ടുണ്ടാവുക. അതായത് തുടർച്ചയായി കുറെ ഭാവനാചിത്രങ്ങൾ വഴിയായി അവൻ പ്രതിബിംബങ്ങളെ മനസ്സിൽ ഉയർത്തുകയോ അഥവാ പ്രതിബിംബങ്ങൾ അവന്റെ മനസ്സിൽ സ്വയം അവതരിക്കുകയോ ചെയ്തു. ഒരു ശിശുവിനെപ്പോലെ ആയിരുന്നതിനാൽ അവൻ ജന്തുക്കളുമായി സൗഹൃദം കൂടി. ചിലതിനെ കളിക്കൂട്ടുകാരും ഒപ്പം പാർക്കുന്നവരുമാക്കി. ചില ജന്തുക്കളിൽനിന്നും ഭയന്നുമാറിനിന്നു.
>
> അന്നത്തെ ബുദ്ധിജീവികൾ സംഹാരരൂപിണിയായ പ്രകൃതിക്ക് 'ദേവീസങ്കല്പം' നല്കി. പൂജാകർമ്മങ്ങൾക്കു രൂപം കൊടുത്തു.

ആരാധനയ്ക്കു ചിട്ടയുണ്ടാക്കി. ഗോത്രങ്ങൾ രൂപം കൊള്ളുകയും കൂട്ടായി വേട്ടയാടലും കായ്കനികൾ ശേഖരിക്കലും വന്നതോടെ പ്രയത്നത്തിനുള്ള 'ഫലം' കൂടുതലുണ്ടാവാനും, വിഘ്നങ്ങളിൽ നിന്നുമുള്ള രക്ഷയ്ക്കും ദൈവാരാധന ക്രമേണ അവരുടെ ജീവിതത്തിന്റെ ഭാഗമായി മാറി. അവൻ മൃഗങ്ങളെയും പക്ഷികളിൽ ചിലതിനെയും ചങ്ങാതിമാരാക്കിയിട്ടുണ്ടല്ലോ. ആയതിനാൽ എളുപ്പം നല്കാവുന്ന അർച്ചനാദ്രവ്യം അവനു ജന്തുക്കളായിരുന്നു. ആദിപുരോഹിതരായ അക്കാലത്തെ 'ബുദ്ധിജീവികൾ' നല്കിയ ആജ്ഞയ്ക്കനുസരിച്ച് വിതയ്ക്കും കൊയ്ത്തിനുമൊപ്പം അവൻ ജന്തുക്കളെത്തന്നെ ദേവിക്കു ബലിയർപ്പിക്കാൻ തുടങ്ങി.

അവനു നേരിടേണ്ടിവന്ന മറ്റൊരു ശല്യമായിരുന്നു രോഗവും മരണവും! എച്ച് ജി വെത്സ് തുടരുന്നു.-

ചിലപ്പോൾ പകർച്ചവ്യാധികൾ നാട്ടിൽ വ്യാപിക്കും. വളരെ മനുഷ്യർ മരിക്കും. പ്രത്യക്ഷത്തിൽ യാതൊരു കാരണവും കൂടാതെ മനുഷ്യർ രോഗബാധിതരാകുന്നു. മനുഷ്യർ മരണമടയുകയോ ശക്തിഹീനരായി ത്തീരുകയോ ചെയ്യും. 'ഫെറ്റിഷ് വിദഗ്ദ്ധൻ' അഥവാ വൈദ്യൻ ആയിരുന്നു അന്നത്തെ പുരോഹിതൻ. അത് ദുഃശകുനമെന്നും അത് അനിവാര്യമെന്നും ഇതു ശുഭസൂചകമെന്നും അതൊരു ദുർലക്ഷണമെന്നും അവർ വിധിച്ചു. പുരോഹിതൻ ഉദ്ബോധനങ്ങൾ നല്കി സ്വപ്നങ്ങളെ വ്യാഖ്യാനിച്ചുകൊടുത്തു; മുന്നറിവുകൾ നല്കി. ഭാഗ്യസിദ്ധിക്കോ അനർത്ഥങ്ങളെ അകറ്റുന്നതിനോ വേണ്ടിയുള്ള പൂജകൾ ചെയ്തു. സൗരശിലാസംസ്കാരത്തോടുകൂടിയ 'തവിട്ടുമനുഷ്യർ' പോയ ദിക്കിലെല്ലാം തങ്ങളുടെ കൗതുകകരമായ പല ആചാരങ്ങളെയും ആശയങ്ങളെയും കൊണ്ടുപോയിരുന്നു. നാടുചുറ്റികളായ പ്രാകൃതമനുഷ്യർ ഇവയെല്ലാം തങ്ങൾ കുടിയേറിയ പ്രദേശങ്ങളിൽ പ്രയോഗിച്ച് അതു ക്രമേണ നാട്ടുശീലങ്ങളുടെ ഭാഗമാക്കി. ക്രമേണക്രമേണ നദീതടവാസവും അതുവഴി നാഗരിക സംസ്കാരവും രൂപം കൊണ്ടപ്പോഴും ഈശ്വരാരധന കുറേക്കൂടി വിപുലവും ആധികാരികഗ്രന്ഥങ്ങളിലുടെയുള്ള നിർദ്ദേശങ്ങളുമായി പടർന്നു പന്തലിച്ചു. അസഹിഷ്ണുതകളും സാമൂഹികമായ ഒറ്റപ്പെടലുകളും പുതിയ മതങ്ങളെയും അവയ്ക്കുള്ള പ്രത്യേക ദൈവങ്ങളേയും സൃഷ്ടിച്ചു.

ചരകസംഹിതയിൽ 'ജനപദോദ്ധ്വംസനീയം' എന്ന അദ്ധ്യായമുണ്ട്. പ്രകൃതിദുരന്തങ്ങൾ, പ്രകൃതിദുരന്തങ്ങൾമൂലം പ്രകൃതി ഘടകങ്ങളുടെ ദൂഷണത്തിൽ ജനപദമാകെ രോഗങ്ങൾ പടർന്നുപിടിക്കുന്നതെങ്ങനെ എന്നുള്ള കാര്യങ്ങളും അവയ്ക്കു മനുഷ്യനാൽ ചെയ്യാൻ കഴിയുന്ന പ്രതിവിധികളുമാണ് ഈ അദ്ധ്യായത്തിന്റെ ഉള്ളടക്കം. പ്രകൃതിദുരന്തങ്ങളുടെ കാരണങ്ങളെ സൂക്ഷ്മവിശകലനം ചെയ്യുന്ന ഈ അദ്ധ്യായത്തിൽ, അതേവരെയുള്ള മനുഷ്യധാരണകളെ അപേക്ഷിച്ച് പുരോഗമനപരമായ കാഴ്ചപ്പാടുകൾ കാണാമെങ്കിലും, എച്ച് ജി വെത്സ് സൂചിപ്പിച്ചി

ട്ടുള്ള മനുഷ്യരുടെ ചില വിശ്വാസങ്ങളുടെ 'സ്പർശവും' അനുഭവവേദ്യമാക്കുന്നുണ്ട്.

പ്രകൃതിദുരന്തത്തിനു രണ്ടുകാരണങ്ങൾ

നിയതാതങ്കപരായഹേതുക്കൾ, അനിയതാതങ്കപരായഹേതുക്കൾ എന്നിങ്ങനെ പ്രകൃതി ദുരന്തകാരണങ്ങൾ രണ്ടുവിധമുണ്ട്. നിയതം- നിശ്ചിതം. ദുഃഖം, രോഗം എന്നിവയാണ് ആതങ്കം എന്ന പദത്തിന്റെ അർത്ഥം. നിശ്ചിതമായ ദുഃഖഹേതുക്കൾ, അനിശ്ചിതമായ ദുഃഖഹേതുക്കൾ എന്നോ നിശ്ചിതമായ രോഗഹേതുക്കൾ അനിശ്ചിതമായ രോഗഹേതുക്കൾ എന്നോ അർത്ഥം കല്പിക്കാവുന്നതാണ്.

നക്ഷത്രങ്ങൾ, ഗ്രഹങ്ങൾ, സൂര്യൻ, ചന്ദ്രൻ, വായു, സൂര്യൻ, ഇവയുടെ ഭാവമാറ്റങ്ങൾ, പ്രകൃതി നിശ്ചയിച്ചു നടത്തുന്ന ഭൂകമ്പങ്ങൾ, കൊടുങ്കാറ്റ്, അശനിപാതം, അഗ്നിപർവ്വതങ്ങളുടെ സ്ഫോടനം, സുനാമിപോലെയുള്ള സമുദ്രജന്യവിപത്തുകൾ മഴകുറയുകയോ ഇല്ലാതാകുകയോ ചെയ്യുന്നതടക്കമുള്ള ഋതു വിപരീതഭാവങ്ങൾ - എന്നിങ്ങനെയുള്ള പ്രതിഭാസങ്ങളെ നിശ്ചിതമായ ദുഃഖ(രോഗ) ഹേതുക്കൾ എന്നു പറയുന്നു. മനുഷ്യന്റെ നിയന്ത്രണത്തിലല്ലാതെയുള്ളവയായതിനാലാണ് ഇവയെ പ്രകൃതി നിശ്ചയിച്ചു നടത്തുന്നത് എന്ന അർത്ഥത്തിൽ നിയത ആതങ്കപരായഹേതുക്കൾ എന്നു വർഗ്ഗീകരിച്ചിരിക്കുന്നത്. ഇവയാൽ ഭൂമിയിലെ ഒഷധസസ്യങ്ങളും ധാന്യങ്ങളും ഫലവർഗ്ഗങ്ങളുമൊക്കെ ഗുണഹീനങ്ങളായിത്തീരുന്നു. ഫലത്തിൽ ജനങ്ങളുടെ വ്യാധിക്ഷമത്വം (immunity) ഇല്ലാതാകുന്നു. അതും പ്രകൃതിയിൽ ഉത്ഭൂതങ്ങളാകുന്ന മറ്റു രോഗഹേതുക്കളും കൂടിച്ചേർന്ന് ജനപദത്തിൽ വിവിധതരം രോഗങ്ങൾ പൊട്ടിപ്പുറപ്പെടുന്നതിനുള്ള സാഹചര്യമുണ്ടാക്കുന്നു.

രണ്ടാമത് പറഞ്ഞ അനിയതാതങ്കപരായഹേതുക്കൾ (അനിശ്ചിതമായ ദുഃഖ - രോഗ -ഹേതുക്കൾ) പ്രകൃതി നിശ്ചയിച്ചുനടത്തുന്നവയല്ല. മനുഷ്യനാൽ സൃഷ്ടിക്കപ്പെടുന്നവയാണ്. യുദ്ധം (ഹിരോഷിമയിലെയും നാഗസാക്കിയിലെയും വിയറ്റ്നാമിലെയും ഇറാക്കിലെയും പാലസ്തീനിലെയും യുദ്ധക്കെടുതികൾ ഓർമ്മിക്കുക.), ഒരാളിന്റെ അധർമ്മപ്രവൃത്തിയാൽ അസഹ്യതയനുഭവിക്കേണ്ടി വരുന്ന ധർമ്മിഷ്ഠന്റെ ഉൾത്താപം (കക്കയം പൊലീസ് ക്യാമ്പിൽ പീഡനത്താൽ മരണപ്പെട്ട യുവാവിന്റെ (രാജൻ) പിതാവ് ഈച്ചരവാര്യരുടെ മനോദുഃഖം ഓർമ്മിക്കുക) രോഗാണു സംക്രമണത്തിന് കാരണമായിത്തീരുന്ന മനുഷ്യരാൽ സൃഷ്ടിക്കപ്പെടുന്ന പാരിസ്ഥിതിക പ്രശ്നങ്ങൾ (മാലിന്യം സംസ്കരിക്കാതെ രോഗങ്ങൾ പരത്തുന്ന ജന്തുക്കൾക്കു വളരാൻ സാഹചര്യമുണ്ടാക്കുന്നത്, കുന്നും മലയുമൊക്കെ ഇടിക്കുന്ന തരത്തിൽ പാറപൊട്ടിക്കൽ, ഭൂമിയിലെ ഉറവകളുടെ സഞ്ചയകേന്ദ്രങ്ങളായ വൃക്ഷവേരുകൾ വൃക്ഷങ്ങൾ വെട്ടി വീഴ്ത്തുന്നതുമൂലം ഇല്ലാതാകുന്നത്, ഭൂമി - വായു -ജല മലിനീകരണം

ഇത്യാദികാര്യങ്ങൾ, കലാപങ്ങൾ, അതിക്രമങ്ങൾ, സദാചാരരാഹിത്യം എന്നിങ്ങനെയുള്ളവയെല്ലാം അനിശ്ചിതമായ (രോഗ) ഹേതുക്കളായി സംഭവിക്കുന്നവയാണ്.

ഇങ്ങനെ സമൂഹത്തെയാകെ അപകടത്തിലാക്കുന്ന ചെയ്തികൾ കാട്ടിക്കൂട്ടുന്നവരെ 'പ്രജ്ഞാപരാധികൾ' എന്നു ചരകൻ സംബോധന ചെയ്തിരിക്കുന്നു. ശരിയാംവണ്ണമുള്ള പ്രജ്ഞയ്ക്കു വിരുദ്ധമായി ചിന്തിക്കുകയും പ്രവർത്തിക്കുകയും ചെയ്യുന്നവർ എന്നാണ് ഈ വാക്കിന്നർത്ഥം. പ്രജ്ഞാപരാധികൾ അധർമ്മങ്ങളേ ചെയ്യൂ. പ്രകൃതിയെയും മനുഷ്യനെയും സ്വാർത്ഥസുഖത്തിനായി ചൂഷണം ചെയ്യുന്നവരാണിവർ. പ്രജ്ഞാപരാധം വരുന്ന വഴിയും ചരകൻ ചൂണ്ടിക്കാണിച്ചിരിക്കുന്നു.

ജനങ്ങളെ വഞ്ചിക്കുന്ന ഭരണാധിപന്മാർക്ക് അധികാരത്തിന്റെ മത്തു പിടിച്ച് പ്രജ്ഞാപരാധം ബാധിക്കുക വഴി അധർമ്മങ്ങൾ ചെയ്തുകൂട്ടുന്നു. ഇവരെ ആശ്രയിക്കുന്ന പൗരജനങ്ങൾ, ഭരണാധിപന്മാരുടെ ചെയ്തികൾ പിന്തുടർന്ന് അധർമ്മ പ്രവൃത്തികളിൽ മുഴുകുന്നു. നേരായ രീതിയിലല്ലാതെ കച്ചവടം നടത്തി വ്യാപാരികൾ ജനങ്ങളെ വഞ്ചിക്കുന്നു. മായം ചേർക്കലും അമിത വില ഈടാക്കലുമൊക്കെ നിർബ്ബാധം തുടരുന്നു. ഇതെല്ലാം (ചരകസംഹിത ജനപദോദ്ധ്വംസനീയം -20) വിലയിരുത്തിക്കൊണ്ട് ചരകൻ ഉപസംഹരിക്കുന്നതിങ്ങനെ -

> ഋതുക്കൾ വികൃതമാകുകയും വർഷപാതം കുറയുകയോ ഇല്ലാതാകുകയോ സംഭവിക്കുകയും കാറ്റ് വേണ്ടതുപോലെ വീശാതാകുകയും ജലാശയം മലിനമാകുകയോ വറ്റിപ്പോകുകയോ ചെയ്യുന്നതും ഓഷധികൾ സ്വഭാവവൈകൃതത്തിലെത്തുകയും ഈ ഓഷധികളുടെയോ ആഹാരദ്രവ്യങ്ങളുടെയോ സ്പർശനമോ ആഹരിക്കലോ തന്നെ സർവ്വജനനാശമുണ്ടാക്കുകയും ചെയ്യുന്നത് ധർമ്മത്തിന്റെ തിരോധാനത്തിന്റെ പ്രത്യാഘാതങ്ങളാണ്.' 'ധൃഞ്ധാരണേ' - അതാണുധർമ്മം. വിശ്വത്തെ നിലനിർത്തുന്നത് അഥവാ ഭൂമിയെ ജീവജാലങ്ങളുടെ വാസത്തിനുയുക്തമായി നിലനിർത്തുന്നത് എന്നാണു 'ധർമ്മം' എന്ന വാക്കിന്റെ അർത്ഥം. അതല്ലാത്തതെല്ലാം അധർമ്മപ്രവൃത്തികളാകുന്നു. ആയതിനാൽ അനിശ്ചിതമായ ദുഃഖഹേതുക്കൾ മൂലമുണ്ടാകുന്ന പ്രകൃതിദുരന്തങ്ങൾ ആത്യന്തിക വിശകലനത്തിൽ മനുഷ്യന്റെ അധർമ്മ പ്രവൃത്തികളാൽ (തത്രമൂലമധർമ്മ:) വ്യക്തികൾതോറും വളരുന്ന പ്രജ്ഞാപരാധത്തിന്റെ കെടുതികളത്രെ!

വരാഹമിഹിരൻ (എ ഡി 6-ാം നൂറ്റാണ്ട്) ഭൂകമ്പങ്ങൾ നാലുവിധത്തിൽ സംഭവിക്കുന്നുണ്ടെന്ന് *ബൃഹത് സംഹിത*യിൽ വിവരിച്ചിരിക്കുന്നു. അതാകട്ടെ ആധുനികശാസ്ത്രവീക്ഷണത്തിനു നിരക്കുന്നതല്ല. ഭൗമപാളികളുടെ ചലനമാണ് ഭൂകമ്പങ്ങൾക്കു കാരണമെന്നാണല്ലോ ഇന്നത്തെ വീക്ഷണം. നക്ഷത്രമണ്ഡലങ്ങൾക്കുണ്ടാകുന്ന വ്യതിയാ

നമാണ് ഇത്തരം ഭൂചലനങ്ങൾക്കു കാരണമെന്നാണ് വരാഹമിഹിര ദർശനം. അതനുസരിച്ച് ഈ മണ്ഡലങ്ങളുടെ പേരിലാണ് ഭൂകമ്പവും അറിയപ്പെടുക. വായുമണ്ഡലഭൂകമ്പം, ആഗ്നേയമണ്ഡലഭൂകമ്പം, ഇന്ദ്ര മണ്ഡലഭൂകമ്പം, വരുണമണ്ഡലഭൂകമ്പം എന്നിവയാണവ. ഇതു ക്രമ ത്തിൽ രാത്രിയുടെയും പകലിന്റെയും 1,2,3,4 എന്നീ അംശങ്ങളിലാണു സംഭവിക്കുക എന്നും പറഞ്ഞിരിക്കുന്നു. വായു മണ്ഡലത്തിലുണ്ടാകുന്ന ഭൂകമ്പത്തിന്റെ പ്രത്യാഘാതം ഭൂമിയിൽ പ്രതിഫലിക്കാൻ രണ്ടുമാസം സമയമെടുക്കും. ഏഴുദിവസം തുടർചലനങ്ങളുണ്ടാകും. അഗ്നിമണ്ഡ ലത്തിലുണ്ടാകുന്ന ഭൂകമ്പത്തിന്റെ പ്രത്യാഘാതം ഭൂമിയിൽ പ്രതിഫ ലിക്കാൻ ഒന്നരമാസമെടുക്കും. അതിനും ഏഴ് തുടർചലനങ്ങളുണ്ടാകും. ഈ മണ്ഡലത്തിലൂടെയള്ള ഭൂകമ്പത്തിന്റെ പ്രത്യാഘാതം ഏഴുദി വസംകൊണ്ടും വരുണ മണ്ഡലത്തിലേത് ഉടനെയും ഭൂചലനമുണ്ടാക്കും. പക്ഷേ, ഇവയ്ക്കു തുടർചലനങ്ങളുണ്ടാവുകയില്ല. വരുണ മണ്ഡല ത്തിലെ ഭൂകമ്പമാണ് സമുദ്രക്ഷോഭങ്ങൾ (സുനാമി) ഉണ്ടാക്കുന്നതത്രെ. നക്ഷത്രമണ്ഡലങ്ങൾ പരസ്പരം കൂട്ടിമുട്ടുകമൂലവും ഭൂകമ്പമുണ്ടാകാം. ഇത്തരം ഭൂകമ്പങ്ങളെ 'വേലജഭൂകമ്പങ്ങൾ' എന്നു പറയുന്നു. ഓരോ മണ്ഡലത്തിലൂടെയും ഉണ്ടാകുന്നവ ഭാരതത്തിലെ (അക്കാലത്തെ വിശാലഭാരതം) ഏതൊക്കെ പ്രദേശങ്ങളിലാണു ഭൂകമ്പമുണ്ടാക്കുക എന്നും വിവരിച്ചിട്ടുണ്ട്. ദേശങ്ങളുടെ പേരുകൾ പ്രാചീനനാമങ്ങളായതി നാൽ ഇന്നത്തെ ജനങ്ങൾക്ക് അജ്ഞാതമാണ്. എന്നിരുന്നാലും അവ യിൽ ചിലതിന്റെ പേരുകൾ ആധുനിക ദേശ സംജ്ഞയുമായി യോജിപ്പി ച്ചുനോക്കിയതനുസരിച്ച് (എല്ലാം ലഭ്യമല്ല) ഗുജറാത്ത്, ഡൽഹി, ഹരിയാന, ഉത്തരാഖണ്ഡ്, ഉത്തർപ്രദേശിന്റെ പടിഞ്ഞാറുഭാഗം, തെക്കേ ബീഹാർ, ഗയ, രാജസ്ഥാന്റെ വടക്കുഭാഗം, അവാദ് (ഉത്തർപ്രദേശ്) ഗോണ്ട (ഉത്തർപ്രദേശ്), പഞ്ചാബിലെ ചില ഭാഗങ്ങൾ, ഒഡീഷ, പശ്ചിമബംഗാൾ,- ബംഗ്ലാദേശ്, തമിഴ്നാട്, വാരണാസി, തെലുങ്കുദേശം, കാഞ്ചീപുരം, ഇന്ത്യയുടെ വടക്ക് പാകിസ്ഥാന്റെ കിഴക്കുഭാഗം, ഗ്വാളിയാർ (മദ്ധ്യപ്രദേശ്) നേപ്പാൾ എന്നിങ്ങനെ വരും സ്ഥലനാമങ്ങൾ.

വായവ്യമണ്ഡല ഭൂകമ്പം ഇരുന്നൂറു യോജന ദൂരത്തേക്കും (ഏക ദേശം 39 കി മീ) അഗ്നിമണ്ഡല ഭൂകമ്പം നൂറ്റിപ്പത്തു യോജന ദൂരത്തേക്കും (ഏകദേശം 22 കി മീ) വരുണ മണ്ഡലഭൂകമ്പം നൂറ്റിഎൺപതുയോജന ദൂരവും (ഏകദേശം 35 കി മീ) ഇന്ദ്ര മണ്ഡലഭൂകമ്പം നൂറ്റിഅറുപതു യോജന ദൂരവും (ഏകദേശം 31 കി മീ) ഭൂചലനമുണ്ടാക്കും. ചരക സംഹിതയിൽ ഭൂകമ്പത്തെക്കുറിച്ച് ഇത്ര വിശദമായ വിവരണങ്ങളില്ല. ചരകന്റെ കാലം ഏകദേശം എ ഡി 1-ാം നൂറ്റാണ്ടാണെന്നു പറയപ്പെടുന്നു. വരാഹമിഹിരന്റേത് എ ഡി 6 ാം നൂറ്റാണ്ടും. ആ നിലയ്ക്ക് ഭൂകമ്പ പഠനങ്ങൾ നടന്നത് ചരകന്റെ കാലത്തിനു ശേഷമായിരിക്കണമല്ലോ? എന്നിരുന്നാലും നക്ഷത്രങ്ങളുടെ ഭാവമാറ്റം ശ്രദ്ധിക്കണമെന്നുള്ള ചരകാചാര്യന്റെ ഉപദേശം, ഭൂകമ്പങ്ങളെ നക്ഷത്രമണ്ഡലങ്ങളുമായി

യോജിപ്പിച്ചുകൊണ്ട് അക്കാലത്തു നിലനിന്നിരുന്ന ഒരു ചിന്താസരണിയെ പ്രതിഫലിപ്പിക്കുന്നുണ്ട്.

പ്രകൃതിദുരന്തങ്ങളാലോ മനുഷ്യരുടെ ജനപദധ്വംസന പ്രവർത്തികളാലോ ആയുസ്സിനും ആരോഗ്യത്തിനും ഭീഷണിയായി പ്രകൃതിമാറ്റം സംഭവിക്കുന്ന വായു, ജലം, ഭൂമി, കാലം എന്നിവയുടെ ലക്ഷണങ്ങൾ വിശദമായി ആയുർവ്വേദഗ്രന്ഥങ്ങളിൽ പറഞ്ഞിട്ടുള്ളതിനെ ഇങ്ങനെ സംക്ഷിപ്തമാക്കാം:-

വായു ദുഷിച്ചാലുള്ള ലക്ഷണങ്ങൾ

വിഷലിപ്തമായ വായുവോ പുകയോ കൊണ്ട് പക്ഷികൾ തളർന്നു വീഴുന്നു. മനുഷ്യർക്ക് ജലദോഷം, തലവേദന, ഗുരുതരമായ നേത്രരോഗങ്ങൾ, ബോധക്ഷയം ഇവ ഉണ്ടാകും. കാറ്റ് ഋതുവിനു നിരക്കാത്തതരത്തിൽ വീശും. വായു സ്പർശം ശീതകാലത്ത് ഉഷ്ണവും ഉഷ്ണകാലത്തു ശീതവുമായി തോന്നിക്കും. വായു സഞ്ചാരം നിശ്ചലമാകുന്നതായോ അതിവേഗതയിലാകുന്നതായോ കർക്കശമായതായോ അതിരൂക്ഷമോ നുലവുള്ളതോ ആയോ അനുഭവപ്പെടും. വലിയശബ്ദം ഉണ്ടാകാം. കാറ്റ് വിപരീതദിക്കുകളിൽനിന്നും വീശി ഗതിമുട്ടിനില്ക്കും. ചുഴറ്റി അടിക്കും. ജീവജാലങ്ങൾക്കു ശീലമല്ലാത്ത ഗന്ധം, ആവി, മണ്ണ്, പൊടി, പുക ഇവയുണ്ടാകും. ദൂഷിതവായു ഏറ്റ് മരങ്ങൾ വികൃതരൂപത്തിലാകും. പുഷ്പങ്ങൾ ഗന്ധരഹിതമാകും. വാസനിച്ചാൽ ഹൃദയഭാഗം, ശിരസ്സ് എന്നിവ വേദനിക്കും. ഫലങ്ങളോ കായകളോ ഉപയോഗിച്ചാൽ ത്വക്കിനു ചൊറിച്ചിലും പഴുപ്പും ഉണ്ടാകും. ഭക്ഷിച്ചാൽ ചർദ്ദിയും അതിസാരവുമുണ്ടാകും.

ജലം ദുഷിച്ചാലുള്ള ലക്ഷണങ്ങൾ

ദൂഷിതമായ ജലം വഴുവഴുപ്പും അസഹ്യമായ ഗന്ധവും നുരയും ഉള്ളതായിരിക്കും വരച്ചതുപോലെ ജലോപരിതലത്തിൽ രേഖകളുണ്ടാകും. അത് നീല, മഞ്ഞ, ചുവപ്പ് എന്നീ നിറങ്ങളോടുകൂടിയതോ വിചിത്രവർണ്ണത്തിലോ ആയിരിക്കും. സ്വാദിനു വ്യത്യാസമുണ്ടാകും. തവള, മത്സ്യം തുടങ്ങിയ ജലജീവികൾ ചത്തു മലർന്നു കിടക്കും. സ്പർശിച്ചാൽ വേദനയും നീരും ചൊറിച്ചിലും ഉണ്ടാകും. ഈ ജലത്തിൽ വേവിച്ചുകഴിക്കുന്ന ഭക്ഷണം ദഹിക്കാതെ പനി, അതിസാരം, ബോധക്ഷയം എന്നിവ വരുത്തും. പക്ഷികളും ജന്തുക്കളും ഈ ജലാശയത്തെ ഉപേക്ഷിക്കും. വെള്ളം കുറവുള്ള ജലാശയം പെട്ടെന്നു ദൂഷിതമാകും. ദൂഷിതജലം അബദ്ധത്തിൽ കുടിച്ചു പോയ മൃഗങ്ങളും പക്ഷികളും മത്തുപിടിച്ചപോലെ ചുറ്റിത്തിരിയും. ഈ വെള്ളത്തിൽ കുളിക്കുന്ന മനുഷ്യർക്കും ജന്തുക്കൾക്കും പനി, ചർദ്ദി, ബോധക്ഷയം, ചുട്ടുനീറ്റൽ, നീര് എന്നിവയുണ്ടാകും.

ഭൂമി ദുഷിച്ചാലുള്ള ലക്ഷണങ്ങൾ

ദൂഷിതമായ കരിങ്കൽപ്രദേശം, പുഴയോരം, ചരൽപ്രദേശം എന്നിവിടങ്ങളിൽ പശു, കുതിര, മനുഷ്യൻ എന്നിവയുടെ ഏത് അവയവം സ്പർശിക്കുന്നുവോ ആ ഭാഗം നീരു കെട്ടുകയും ചുട്ടുനീറുകയും രോമം, നഖം എന്നിവ കൊഴിയുകയും ചെയ്യും. ദൂഷിതമായ ഭൂപ്രദേശത്തിന്റെ ചിലഭാഗങ്ങൾ തീയിൽ ചുട്ടതുപോലെ കാണുന്നു. ഈ പ്രദേശത്തു ജീവിക്കുന്നവർക്ക് ഛർദ്ദി, ബോധക്കേട്, ജ്വരം, ബുദ്ധിഭ്രമം, തലവേദന എന്നിവ ഉണ്ടാകുന്നു. സാധാരണയിൽനിന്നും വികൃതമായി ഭൂമിക്കു നിറം, ഗന്ധം, രസം, സ്പർശം ഇവയും നുലവും വരുന്നു. കറുകപ്പുല്ല് ധാരാളമായി വളരും. കുറ്റിച്ചെടികളും വള്ളികളും പടർന്നതിനിടയിലൂടെ പാമ്പ്, ഹിംസ്രജന്തുക്കൾ, കൊതുക്, പാറ്റ, ഈച്ച, എലി, കൂമൻ എന്നിവ സ്വൈരവിഹാരം നടത്തും. പുല്ലുകളും കുറ്റിക്കാടുകളും വാടുകയും പുഴുക്കൾ, ഇഴഞ്ഞു നടക്കുന്ന ജീവികൾ ഒക്കെ അകാരണമായി ചത്തു കിടക്കുന്നതായി കാണുകയും ചെയ്യും. മുമ്പില്ലാത്തവണ്ണം സസ്യങ്ങൾ വീണും ഉണങ്ങിയും നശിക്കുന്നു. കാറ്റിനു കറുപ്പുനിറമോ ചുവപ്പു നിറമോ അനുഭവപ്പെടും. പക്ഷികൾ അസ്വസ്ഥരായി നിരന്തരം ശബ്ദി ച്ചുകൊണ്ടിരിക്കും. നായ്ക്കൾ കുരച്ചുകൊണ്ടിരിക്കും. വിവിധതരത്തി ലുള്ള പക്ഷിമൃഗാദികൾ ഭയന്നോടുന്നതു കാണാം. ചിലവ ദുഃഖിച്ചിരി ക്കുന്നതും കാണാം. ധർമ്മം, സത്യം, ലജ്ജ, ആചാരം, ശീലഗുണങ്ങൾ എന്നിവയില്ലാത്ത ജനങ്ങൾ വസിക്കുന്നിടവുമാവുമത്. ജലാശയങ്ങൾ ക്ഷുഭിതമായും തിരമാലകൾ ഭീതിദമായി ഉയർന്ന് കരയിലേക്കു കയറുന്നതായും മാറും. ഉല്ക്കാപാതം, കൊള്ളിമീൻ, ഭൂകമ്പം, ഇവയാൽ ഭയങ്കര ശബ്ദായമാനമായിരിക്കും അന്തരീക്ഷം. ജലരഹിതമായതും ചെമ്പിൻനിറമോ അരുണവർണ്ണമോ വെള്ളനിറമോ ഉള്ള മേഘങ്ങൾ സൂര്യ ചന്ദ്രന്മാരെയും നക്ഷത്രങ്ങളെയും മറച്ചുകൊണ്ടിരിക്കും. ഭൂമിയിൽ അധി വസിക്കുന്ന ജനങ്ങൾ എപ്പോഴും സംഭ്രമവും ഉദ്വേഗവും ഉള്ളതുപോലെ പ്രവർത്തിക്കും. ജനങ്ങൾ നിലവിളിക്കും വണ്ണം ഭയപ്പെടുത്തുന്ന ശബ്ദ ങ്ങൾ ഭൂമിയിൽ നിന്നുമുണ്ടാകും. അന്തരീക്ഷം ഇരുണ്ടിരിക്കും. ഈച്ച കളും എലികളും കൊതുകുകളും ദുഷ്ടജന്തുക്കളും ദുഷിച്ച് രോഗവാഹ കരായി മാറും.

കാലം ദുഷിച്ചാലുള്ള ലക്ഷണങ്ങൾ

കാലം ദുഷിച്ചാൽ അതാതു ഋതുവിന് വിപരീതമായ ലക്ഷണങ്ങൾ കാണിക്കും. അതിലക്ഷണത്തോടും ഹീനലക്ഷണത്തോടും കൂടിയ കാലാവസ്ഥകളുടെ ആവിർഭാവം ജീവജാലകങ്ങൾക്കാകെ അഹിത മാകും. കാലാവസ്ഥാവ്യതിയാനംകൊണ്ട് കൃഷി തകരാറിലാകുന്ന തിനാൽ മനുഷ്യർക്കു ഭക്ഷ്യയോഗ്യമായ പദാർത്ഥങ്ങൾ യഥാസമയം ഉണ്ടാകാത്ത സ്ഥിതി വരും. ഉണ്ടാകുന്നവയാകട്ടെ പലവിധരോഗങ്ങളെ ജനിപ്പിക്കുന്നതുമായിരിക്കും. പട്ടിണിമരണങ്ങളും രോഗബാധകളു

മായിരിക്കും ഫലം. ഉർവ്വരത നഷ്ടപ്പെട്ട ഭൂമി ഉപയോഗശൂന്യമായ ഒരു വസ്തുവായി മനുഷ്യർക്കു മുമ്പിൽ അങ്ങനെ കിടക്കും.

പ്രകൃതിയെ സൂക്ഷ്മമായി പഠിക്കേണ്ടവനാണു ചികിത്സകൻ. ആയതിനാൽ പ്രകൃതിദുരന്തങ്ങൾ ഉണ്ടാകാൻ സാദ്ധ്യതയുണ്ടെന്ന് ആദ്യം മനസ്സിലാക്കാൻ കഴിയുന്നയാളും വൈദ്യൻ തന്നെ. ദുരന്തങ്ങൾ സംഭവിച്ചാൽ ചികിത്സയും സാന്ത്വനവും പ്രതിരോധവുമായി ജനങ്ങളെ രക്ഷിക്കാൻ മുൻകൈയെടുത്തു പ്രവർത്തിക്കേണ്ട ഉത്തരവാദിത്വം വൈദ്യനാണെന്നു ചരകൻ ശഠിക്കുന്നുണ്ട്. ചരകൻ ജനങ്ങൾക്കു നല്കുന്ന ഉപദേശം ഇങ്ങനെയാണ്:-

> ഭൂകമ്പംപോലെയുള്ള അത്യാപത്തുകൾ സമീപപ്രദേശങ്ങളിലുണ്ടായാലോ തങ്ങൾ ജീവിക്കുന്നിടത്ത് ഉണ്ടാകാൻ സാദ്ധ്യതയുണ്ടെന്നറിഞ്ഞാലോ ആദ്യം ചെയ്യേണ്ടത് ഇത്തരം ദുരനുഭവങ്ങളെ മുൻകാലത്ത് അതിജീവിച്ച വൃദ്ധജനങ്ങളോട് അക്കാര്യങ്ങൾ ചോദിച്ചറിഞ്ഞ് മുൻകരുതലുകളെടുക്കുക എന്നതാണ്. ശാന്തിയും സമാധാനവും നല്കുന്നവരുടെ അടുത്തുപോയിരുന്ന് അവർ പറയുന്നത് ശ്രദ്ധയോടെ കേട്ട് ദുശ്ചിന്തകളെ അകറ്റുക. സമ്പന്നനും ദരിദ്രനും അധികാരികളുമൊക്കെ സമന്മാരായി മാറുന്നത് പ്രകൃതി ദുരന്തങ്ങളിലാണ്. എല്ലാറ്റിനുമുപരി പ്രാണൻ രക്ഷിക്കുക എന്ന ഒരു ചിന്ത എല്ലാവരിലും വന്നുഭവിക്കുന്ന കാലം. ദുരന്തങ്ങൾക്ക് വഴിവിത്തിട്ട അധർമ്മവും അതുവഴി വളരുന്ന പ്രജ്ഞാപരാധങ്ങളും ഉപേക്ഷിച്ച് 'ലോകാസമസ്താ സുഖിനോഭവന്തു' എന്നു ചിന്തിക്കുന്ന കാലം!

ദുഷിച്ച ചതുർഘടകങ്ങളും - വായു, ജലം, ഭൂമി, കാലം- രോഗാണുക്കളെ ജനിപ്പിക്കാൻ ഇടയാക്കുന്നു. ഇത്തരം രോഗാണുക്കളെ 'ഉല്പാതങ്ങൾ' എന്നാണ് വിവക്ഷിച്ചിരിക്കുന്നത്. വന്നു പതിക്കുന്നത് (Epidemics) എന്നാണ് ഈ വാക്കിന്റെ അർത്ഥം. ഉല്പാതങ്ങൾ മൂന്നു തരമാണ്. 1. ഭൗമമായ ഉല്പാതം (ഭൂമിയും ഭൂമിയിലെ ജലവും ദുഷിച്ചുണ്ടാകുന്ന സൂക്ഷ്മാണുക്കൾ -soil and water borne microbes). 2. അന്തരീക്ഷ ഉല്പാതം (വായു ദുഷിച്ച് വായുവിൽക്കൂടി സഞ്ചരിക്കുന്ന സൂക്ഷ്മാണുക്കൾ-air borne microbes). 3. ദിവ്യോല്പാതം (വായുമണ്ഡലത്തിന്റെ ഉപരിവലയത്തിൽ - ആകാശം -പ്രസരിക്കുന്ന സൂക്ഷ്മാണുക്കൾ- microbes from toposphere). രോഗകാരണമായി ആധുനികശാസ്ത്രം പറയുന്ന വൈറസ്, ബാക്ടീരിയ, പൂപ്പലുകൾ ഒക്കെയും ഉല്പാതങ്ങളുടെ ഈ പട്ടികയിൽ ഉൾപ്പെടുത്തുന്നുണ്ട്. വായു, ജലം, ഭൂമി, കാലം എന്നിവയെ മനുഷ്യർ മലിനമാക്കുന്നതിലൂടെ ഉല്പാതങ്ങൾ രൂപപ്പെടുകയാണ് സംഭവിക്കുന്നതെന്ന് ആയുർവ്വേദം സമർത്ഥിക്കുകയാണിവിടെ. അതാകട്ടെ നേരത്തേ പറഞ്ഞ ജന്മപ്രകൃതിയുടെ പ്രതിരോധത്തെ തകർത്ത് വ്യാപകമായി ജനപദങ്ങളെ ബാധിക്കുകയും ചെയ്യുന്നു. സാംക്രമിക

ത്രികങ്ങൾ (Epidemeological Triad) എന്നത് ആധുനികശാസ്ത്ര വീക്ഷണത്തിൽ, സാംക്രമികരോഗങ്ങൾ ഉണ്ടാകുന്നതിന് രോഗാണുക്കൾ സാംക്രമിക്കാൻ പോന്ന പരിതഃസ്ഥിതിയിലെ മൂന്നുഘടകങ്ങൾ ഉൾച്ചേർന്നു വരുന്ന സാഹചര്യങ്ങളെ ശാസ്ത്രീയമായി സമർത്ഥിച്ചിരിക്കുന്നതാണ്. ഒരു സാങ്കല്പിക ത്രികോണത്തിന്റെ മൂന്നുകോണുകൾ മൂന്നു വസ്തുക്കളെ പ്രതിനിധീകരിക്കുന്നതാണിത്. രോഗാണു- രോഗാണുക്കൾ പടർത്തുന്ന ജീവികൾ (casual agent). രോഗപ്രതിരോധശേഷി ന്യൂനമായ വ്യക്തി (host) ദൂഷിതമായ പരിതസ്ഥിതി (Environment) എന്നിവയാണവ. ഇവ മൂന്നും ഒരേപോലെ തീവ്രമാകുന്ന സ്ഥിതിയിൽ രോഗങ്ങൾ പടർന്നു പിടിക്കുന്നു. വായു ദുഷിച്ചാൽ അത് ശുദ്ധീകരിക്കുക എളുപ്പമാകും. ജലം ദുഷിച്ചാൽ ശുദ്ധീകരിക്കുക കുറച്ചുകൂടി ബുദ്ധിമുട്ടാകും. ഭൂമി ദുഷിച്ചാലോ അത് ശുദ്ധീകരിക്കുക വളരെ ദുഷ്കരമാകും. കാലം ദുഷിച്ചാൽ അത് ശുദ്ധീകരിക്കാൻ മനുഷ്യസാദ്ധ്യമല്ല. ഹേതുക്കളുണ്ടാകാതെ മനുഷ്യൻ ധാർമ്മിക പ്രവൃത്തികളിലേക്ക് മടങ്ങിയാൽ ഏറെ വത്സരങ്ങൾകൊണ്ട് കാലവും ശുദ്ധമായിവരും. മേല്പറഞ്ഞ സാംക്രമികത്രയങ്ങളുടെ (epidemeological triad) ശൃംഖല ഭേദിക്കുക എന്നതാണ് രോഗം പടരാതിരിക്കാനുള്ള പോംവഴി.

‘യേഷാമനിയതം കർമ തസ്മിൻകാലേ സുദാരുണേ
കർമ പഞ്ചവിധം തേഷാം യോജ്യം തദ്വദ്രസായനം’

രോഗങ്ങൾ പടർന്നുപിടിക്കുന്ന ഈ ദാരുണകാലത്ത് രോഗപ്രതിരോധാർത്ഥം പഞ്ചകർമ്മ ചികിത്സയും (പഞ്ചശോധനകൾ) അതിനുശേഷം രസായനസേവയുമാണ് ആയുർവ്വേദം വിധിക്കുന്നത്. വ്യക്തികൾക്ക് രോഗപ്രതിരോധശക്തി നല്കാൻ ഇതുതന്നെയാണ് യോഗ്യം എന്നാണ് ആയുർവ്വേദ സിദ്ധാന്തം. രോഗാണുസംക്രമണം തടയാനും രോഗം പരത്തുന്ന ഈച്ച, കൊതുക്, എലി തുടങ്ങിയവയെ നശിപ്പിക്കാൻ പരിസരം ശുചിയാക്കുക എന്നതുതന്നെയാണ് മാർഗ്ഗം.

ഭൂശുദ്ധിർ മാർജാനാദ്ദാഹാത്, കാലാദ്, ഗോക്രമണാത്തഥാ
സേകാദുല്ലേഖനാല്ലേപാത്, ഗൃഹം മാർജനലേപനാത്.

അതിനായി ഭൂമി തൂത്ത് വൃത്തിയാക്കുക, ചവറ് തീയിടുക, പശുക്കളെ മേയ്ക്കുക, പുല്ല് ചെത്തി മിനുക്കിയിടുക, കിളയ്ക്കുക, ചാണകം മെഴുകുക, ഇത്യാദി കാര്യങ്ങൾ ചെയ്യണം. വീട് വൃത്തിയാക്കാൻ തൂത്ത് വൃത്തിയാക്കുക, തറ വൃത്തിയാക്കാനുള്ള പ്രയോഗങ്ങളും ചെയ്യണം.

പരിസര ശുദ്ധിക്ക്

പരിസരശുദ്ധിയിൽ പ്രധാനം - വായു, ജലം, ഭൂമി എന്നിവയുടെ ശുദ്ധിയാണ്. ഇതിനായി ആയുർവ്വേദഗ്രന്ഥങ്ങളിൽ പ്രോക്ഷണം (spray), ധൂപനം (fumigation), ക്ഷാളനം (wash), ഔഷധപ്പതാക (medicated flag), ഔഷധദുന്ദുഭി (medicated drum beats) എന്നിവയെക്കുറിച്ച് വിശദീകരിച്ചിട്ടുണ്ട്.

വായു ശുദ്ധീകരിക്കാനുള്ള മാർഗ്ഗങ്ങൾ

പുകയ്ക്കൽ: കോലരക്ക്, മഞ്ഞൾ, അതിവിടയം, കടുക്, മുത്തങ്ങ, അരേണുകം, ഏലക്കായ്, പച്ചില, തകരം, കൊട്ടം, ഞാഴൽപ്പൂവ് ഇവ പൊടിച്ച് തീക്കനലിലിട്ട് പുക അന്തരീക്ഷത്തിലേക്ക് വിടണം.

അപരാജിത ചൂർണ്ണം, തീക്കനലിലിട്ട് വീടിനുള്ളിലും പരിസരത്തും പുകയ്ക്കണം.

(ഗുല്ഗുലു, നാന്മകപ്പുല്ല്, വയമ്പ്, ചെഞ്ചല്യം, വേപ്പില, എരുക്ക്, അകിൽ, ദേവതാരം- ഇവയാണ് അപരാജിത ചൂർണ്ണത്തിലെ മരുന്നുകൾ).

വിതറാനുള്ള ചൂർണ്ണം: ദേവതാരം, തകരം, ചിറ്റമൃത്, ഇരട്ടിമധുരം, നീർമരുതിൻ തൊലി, കാവി മണ്ണ്, എരുമക്കള്ളിവേര്, ചൊവ്വള്ളി, പാച്ചോറ്റിത്തൊലി എന്നിവ നേർമ്മയായി പൊടിച്ച് മരങ്ങളുടെ മുകളിലും കൊടിക്കൂറകളിലും ഉന്നത സൗധങ്ങളുടെ മുകളിലും വിതറണം.

പ്രോക്ഷണം (spray)

1. കൂവളത്തിൻവേര്, തുവരവേര്, ചവർക്കാരം, പാതിരിവേര്, കായം, കുരുമുളക്, കുമിഴിൻവേര്, ഇലവിൻവേര് ഇവ കൊണ്ടുണ്ടാക്കിയ കഷായം നിത്യം ഉപയോഗിക്കുന്ന എല്ലാറ്റിനുംമേൽ (ഉദാ:- കാലിത്തീറ്റ, വിറക്, കുടിവെള്ളം, വസ്ത്രം, കിടക്ക, ഇരിപ്പിടം, ആഭരണം, കുട, വീട് ഇത്യാദികൾ) തളിക്കണം.
2. നറുവരി, പാതിരിവേര്, അതിവിടയം, നറുനീണ്ടിക്കിഴങ്ങ്, തഴുതാമ, തൊട്ടാവാടി, ആടലോടകവേര്, ഇലവർങ്ഗം, വ്ളാങ്കാ, വടുകപ്പുളി നാരങ്ങ എന്നിവ കഷായം വച്ച് തളിക്കണം.

ഔഷധപ്പതാക, ദുന്ദുഭി

അരേണുകം, ജഡാമാഞ്ചി, മഞ്ചട്ടി, വരട്ടുമഞ്ഞൾ, ഇരട്ടിമധുരം, തേൻ, താന്നിത്തൊലി, തുളസി, കോലരക്ക്, രോഗമില്ലാത്ത നായയുടെ പിത്തം ഇവ അരച്ചെടുത്ത് തുണിയിൽ തേച്ച് കൊടികളായി മരച്ചില്ലമേൽ അവിടവിടെ കെട്ടണം. കാറ്റിൽ ഔഷധവീര്യം അന്തരീക്ഷത്തിൽ പരന്ന് വായുവിനെ ശുദ്ധമാക്കും. ഇവയുടെ ഗന്ധം തന്നെ വായുവിനെ നിർവിഷമാക്കും. മദ്ദളം, ചെണ്ട, പെരുമ്പറ, ഗഞ്ചിറ തുടങ്ങിയ വാദ്യ ഉപകരണങ്ങളിലെ കൊട്ടുന്ന ഭാഗത്തെ തോലിന്മേൽ തേച്ച് വാദ്യം മുഴക്കണമെന്നും ശബ്ദം എത്തുന്ന ഭാഗം വരെ ഇതിന്റെ ഔഷധവീര്യം പ്രസരിക്കുമെന്നും പറഞ്ഞിരിക്കുന്നു.

(പിത്തം (bile), രക്തം എന്നിവ അന്തരീക്ഷത്തിലുള്ള ഫംഗസുകൾ, ബാക്ടീരിയകൾ എന്നിവയെ ആകർഷിക്കാൻ പോന്ന ഗുണവിശേഷമുള്ള വയാണെന്ന് പഠനങ്ങൾ തെളിയിച്ചിട്ടുണ്ട്).

ജലശുദ്ധിക്കുള്ള മാർഗ്ഗങ്ങൾ

1. ഞമവേര്, മരുതിൻവേര്, വേങ്ങാക്കാതൽ, വേപ്പിൻപട്ട, പാതിരിവേര്, കരിനൊച്ചിവേര്, മുളംപ്ലാശ്, കൊന്നവേര്, വെൺകരിങ്ങാലി ഇവ കത്തിച്ചു ഭസ്മമാക്കുക. ഇതു ജലാശയത്തിൽ വിതറണം. ഒരു കുടം വെള്ളത്തിൽ ഒരു കൈക്കുമ്പിൾ ഭസ്മം എന്ന കണക്കിൽ ഇട്ട് ശുദ്ധിയാക്കി ജലം ഉപയോഗിക്കാം .
2. പാതിരിവേര്, വേപ്പിൻപട്ട, മരുതിൻതൊലി, കൊന്നപ്പട്ട, കരിനൊച്ചി വേര് എന്നിവ അരിഞ്ഞുണക്കി കുടത്തിൽ ശീലമൺ ചെയ്ത് (കുടത്തിൽ ഇട്ട് അടച്ച് വിടവ് മണ്ണ് കുഴച്ച് പുരട്ടിയ തുണികൊണ്ട് ചുറ്റിക്കെട്ടി ഒട്ടിക്കുന്നത്) അടുപ്പിൽ വച്ച് കനൽചൂടിൽ കുടത്തി നുള്ളിലെ ദ്രവ്യങ്ങൾ ഭസ്മമാക്കണം. ഈ ഭസ്മം തണുത്താൽ എടുത്ത് ദൂഷിതജലത്തിൽ വിതറുക.

പ്രോക്ഷണം (spray)

ആട്ടുകൊട്ടപ്പാല്, കാട്ടുവെള്ളരി, കരേളകം, വേലിപ്പരുത്തി, മണിക്കഞ്ഞകം, അതിവിടയം എന്നിവ കത്തിച്ചു ഭസ്മമെടുക്കണം. അതിൽ ചരളം, മരമഞ്ഞൾത്തൊലി, മഞ്ഞൾ, ഏലത്തരി, ഇരുവേലി, മഞ്ചട്ടി, ചുവന്നരത്ത, കാർകോകിലരി എന്നിവ അരച്ച് കലക്കണം. എവിടെ ഈ ലായനി തളിച്ചാലും അവിടം വിഷരഹിതമാകും.

വെള്ളത്തിനു പകരം കഷായം

നല്ല ജലം ലഭ്യമല്ലെങ്കിൽ കുളിക്കാൻ, കുടിക്കാൻ, പാചകം ചെയ്യാൻ, പാത്രങ്ങൾ കഴുകാൻ ഒക്കെയും താഴെപ്പറയുന്ന മൂലികകൾ ഇട്ടു തയ്യാറാക്കിയ കഷായം പകരം ഉപയോഗിക്കാവുന്നതാണ്.

1. പെരുങ്കുരുമ്പവേര്, ഏലാവാലുകം, തുളസി, ചിറ്റരത്ത, ചെറുചീര, കരിന്താളി എന്നിവ ഇട്ടുണ്ടാക്കിയ കഷായം.
2. എരുക്കിൻപൂവ്, വെൺവയമ്പ്, ചെറുകടലാടിവേര്, കടുക്, തേറ്റാമ്പരൽ, ചിറ്റരത്ത, അമൽപൊരി എന്നിവ കൊണ്ടുണ്ടാക്കിയ കഷായത്തിൽ തൈരും നെയ്യും ചേർത്തുള്ള ദ്രവം.
3. ചന്ദനം, നാല്പാമരത്തൊലി, പ്ലാശിൻതൊലി എന്നിവ അരച്ചെടുത്ത് കലക്കിയ വെള്ളം.

ഭൂമിശുദ്ധിക്കുള്ള മാർഗ്ഗങ്ങൾ

പ്രോക്ഷണം (spray)

1. കറുകയും ചന്ദനവും അരച്ച് മദ്യത്തിൽ (ചാരായം) ചേർത്ത് ദൂഷിതഭൂമി (വഴികൾ) നനയ്ക്കണം.
2. കറുത്തമണ്ണ് പശുവിൻപാലിൽ ചേർത്തു കലക്കി ഭൂമിയിൽ തളിക്കണം.

3. വിഴാലരി, പാടക്കിഴങ്ങ്, ചെറുപ്പുന്നയരി, ഇവകൊണ്ടുള്ള കഷായത്തിൽ കളിമണ്ണു ചേർത്തു കലക്കി ഭൂമി നനയ്ക്കണം.

ജലശുദ്ധിക്കു പറഞ്ഞ എല്ലാ പ്രയോഗങ്ങളും ഭൂമി ശുദ്ധിക്കും ഉപയോഗിക്കാവുന്നതാണ്.

പരിസരദൂഷ്യജന്യരോഗത്തിൽ പ്രഥമൗഷധം

വായു, ജലം, ഭൂമി എന്നിവയുടെ ദൂഷണത്താലുണ്ടാകുന്ന രോഗങ്ങളിൽ മുരിങ്ങവേരിന്മേൽത്തൊലി, സോമലത, രാമച്ചം, മാതളനാരങ്ങാനീര്, കായം എന്നിവ അരച്ചു തൈരിൽ കലക്കി സേവിക്കണം.

ഇതുപോലെ പരിസരശുദ്ധിക്കായി നിരവധി ഔഷധക്കൂട്ടുകൾ ആയുർവ്വേദത്തിലെ വിവിധ ഗ്രന്ഥങ്ങളിൽ പറഞ്ഞിട്ടുണ്ട്. കെമിക്കലുകൾ ചേർന്നുള്ള ഇപ്പോഴത്തെ പ്രയോഗങ്ങൾക്കു പകരം, പരിസ്ഥിതി സൗഹൃദം (eco friendly) ആയിട്ടുള്ള ഇത്തരം പ്രയോഗങ്ങൾ സ്വീകരിക്കുന്നതു നന്നായിരിക്കും.

ഉപ്പുതൊട്ട് കർപ്പൂരം വരെ

'ഉപ്പുതൊട്ട് കർപ്പൂരംവരെ' എന്നത് 'സർവ്വ വസ്തുക്കളും' എന്ന അർത്ഥത്തിൽ മലയാളത്തിൽ പ്രയോഗിക്കാറുള്ള ഒരു ശൈലിയാണ്. ഉപ്പുതൊട്ടു കർപ്പൂരംവരെയുള്ള പ്രപഞ്ചത്തിലെ സകലമാനദ്രവ്യങ്ങളുടെയും ഔഷധഗുണവീര്യം വിശകലനം ചെയ്തിട്ടുള്ള ഒരു ശാസ്ത്രമാണല്ലോ ആയുർവ്വേദം എന്നിരിക്കിലും ഇവിടെ പറയാനുദ്ദേശിക്കുന്നത് പ്രകൃതിദത്തമായി ലഭിക്കുന്നതും സംസ്കരിച്ച് ഉപയോഗിക്കുന്നതുമായ ലവണങ്ങൾ, ക്ഷാരങ്ങൾ, കായം, കർപ്പൂരം എന്നിവയെക്കുറിച്ചുള്ള ആയുർവ്വേദവിശകലനമാണ്.

ലവണങ്ങൾ

ആഹാരത്തിൽ രുചിക്കായി ചേർക്കുന്നത്, മരുന്നായി ഉപയോഗിക്കുന്നത്, ചില മരുന്നുകളിൽ മേമ്പൊടിയായി ചേർക്കുന്നത് എന്നിങ്ങനെ വിവിധ ഉദ്ദേശ്യത്തിനായി എട്ടുതരം ഉപ്പുകളെക്കുറിച്ച് ആയുർവ്വേദത്തിൽ വിവരിക്കുന്നുണ്ട്. അഷ്ടലവണങ്ങൾ എന്ന് ഇവ അറിയപ്പെടുന്നു. സൈന്ധവം, സൗവർച്ചലം, വിഡം, ഔത്ഭിദം, കൃഷ്ണം, സാമുദ്രം, പാംസുജം, രോമകം എന്നിവയാണവ. ഇന്തുപ്പാണ് സൈന്ധവം. സിന്ധുദേശങ്ങളിലുണ്ടാകുന്നത് എന്ന അർത്ഥത്തിലാണ് ഇതിനു സൈന്ധവം എന്ന പേർ വന്നത്. (സിന്ധുനദി ഒഴുകുന്ന പ്രദേശങ്ങളെ സിന്ധുദേശം എന്ന് പറയുന്നു. എന്നിരുന്നാലും ഇപ്പോൾ ദക്ഷിണ പഞ്ചാബിലെ മിത്തൻകോട്ട് എന്ന് പറയുന്ന പ്രദേശം. ഇത് ഇപ്പോൾ പാകിസ്ഥാനിലാണ്) Rock Salt - Sodium Chloride എന്നാണ് രാസനാമം. സുവർച്ചദീപ്തൗ - നല്ല ശോഭയുള്ളത് എന്നർത്ഥത്തിലാണ് ഒരു ഉപ്പിന് സൗവർച്ചലം (തുവർച്ചില ഉപ്പ്) എന്ന് പേരിട്ടിരിക്കുന്നത്. Sochal Salt -

എന്ന് പറയും. ഗുല്മം തുടങ്ങിയ വായുവികാരങ്ങളെ ഭേദിക്കുന്നത് (വിഡഭേദേന) എന്ന ഗുണവിശേഷമുള്ളതിനാൽ ഒരിനം ഉപ്പ് വിഡമാകുന്നു. വിളം എന്നും പറയും. Black Salt - Sanchel Salt ആണിത്. വലിയ ശക്തിയിൽ ഉണ്ടാകുന്ന ജലപ്രവാഹം വലിയ തടാകമായി കെട്ടിക്കിടക്കുന്നത് - അഥവാ കായൽ - ഔത്ഭിദം എന്ന വിഭാഗത്തിൽ വരുന്നു. ഈ ജലസഞ്ചയത്തിൽ കലർന്നിരിക്കുന്ന ലവണത്തെ വേർതിരിച്ച് ഉപ്പ് ആക്കിയെടുക്കുന്നതിനും ഔത്ഭിദം എന്ന് തന്നെ പേര്. ഓരുപ്പ് എന്ന നാട്ടുസംജ്ഞയിൽ ഇതറിയപ്പെടുന്നു. കളിമണ്ണ് കലർന്ന ജലാശയങ്ങളിലെ ലവണമാണ് കൃഷ്ണം. കാരുപ്പ് എന്ന് ഇതിനെ പറയുന്നു. സമുദ്രത്തിലെ ജലം കുറുക്കി ഉണ്ടാകുന്ന ഉപ്പ് (കടലുപ്പ്) ആണ് സാമുദ്രം. പാംസുജം പൊടിയുപ്പാണ്. Fossil Salt; ഭൂമിയിൽ മണ്ണെന്നപോലെ ഉണ്ടാകുന്നതാണിത്. രോമകം എന്ന ഉപ്പിനെക്കുറിച്ച് വ്യത്യസ്ത അഭിപ്രായങ്ങളുണ്ട്. ഉപ്പുപടന്നയിൽ ഉണ്ടായ ഉപ്പ് ആണിതെന്ന് നിഘണ്ടുക്കൾ പറയുന്നുണ്ട്. റോമാസാമ്രാജ്യവുമായി ഭാരതം വ്യാപാരത്തിലേർപ്പെട്ടിരുന്ന കാലത്ത് അവർ വഴി ഭാരതത്തിൽ ലഭിച്ചിരുന്നു ഉപ്പിനെയാണ് രോമകം (Roman Salt) എന്ന് പറയുന്ന തെന്നാണ് ചിലരുടെ വ്യാഖ്യാനം. റോമാക്കാരുടെ ജീവനക്കാർക്ക് അവിടുത്തെ തൊഴിൽദായകർ ശമ്പളത്തോടൊപ്പം ഉപ്പുംകൊടുത്തിരുന്നു വത്രെ. Salary എന്ന പദം Salt-ലെ Sal-ൽ നിന്നും ഉണ്ടായതാണെന്ന് ചിലർ നിരൂപണം ചെയ്തിട്ടുണ്ട്. ഗഡാഖ്യം എന്നും ഈ ഉപ്പിന് പേരുണ്ട്. ഈ പറഞ്ഞ എല്ലാ ഉപ്പുകളും ഇപ്പോൾ ലഭ്യമല്ല. ആയതിനാൽ ലഭ്യമായവയെ വച്ചുകൊണ്ട് 'പഞ്ചലവണങ്ങളെ'യാണ് വൈദ്യലോകം സ്വീകരിച്ചിട്ടുള്ളത്. ഇന്തുപ്പ്, കടലുപ്പ് (കറിയുപ്പ്), തുവർച്ചില ഉപ്പ്, വിളയുപ്പ്, ഓരുപ്പ് എന്നിവയാണവ.

എല്ലാ ലവണങ്ങളും കഫസ്രവണത്തെ ഉണ്ടാക്കുന്നതാണ്. ലവണങ്ങൾ സൂക്ഷ്മമായി അലിഞ്ഞിറങ്ങും. പുറത്ത് മരുന്നിനൊപ്പം പൂച്ചായിട്ട് ഇട്ടാൽപോലും ആ ഔഷധവീര്യത്തെ ഉള്ളിലേക്ക് വ്യാപിപ്പി ക്കാൻ പോന്ന ഗുണവിശേഷം (യോഗവാഹിത്വം) ലവണങ്ങൾക്കുണ്ട്. കഫത്തെ സ്രവിപ്പിക്കുന്ന ഗുണമുള്ളതാണെങ്കിലും ഉള്ളിലേക്ക് അധികമായി ഉപയോഗിച്ചാൽ കഫത്തെയും പിത്തത്തെയും വർദ്ധിപ്പിച്ച് രോഗങ്ങളുണ്ടാക്കും. ഉപ്പുകളിൽ ഇന്തുപ്പിനാണ് പ്രഥമസ്ഥാനം. സൈന്ധവം തൊട്ടുവേണം എണ്ണം കണക്കാക്കുവാൻ. അതായത് പഞ്ച ലവണങ്ങൾ ചേർക്കാൻ പറഞ്ഞിട്ടുള്ളിടത്ത് സൈന്ധവം, സൗവർച്ചലം, വിഡം, സാമുദ്രം, ഔത്ഭിദം എന്നീ ക്രമത്തിലും ത്രിലവണങ്ങൾ ചേർക്കാൻ പറഞ്ഞിട്ടുള്ളിടത്ത് സൈന്ധവം, സൗവർച്ചലം, വിഡം എന്ന ക്രമത്തിലും ചേർക്കണം.

അർശസ് രോഗത്തിന്റെ ഉപദ്രവാവസ്ഥയായ ഉദാവർത്തം എന്ന രോഗത്തിൽ ആയുർവ്വേദം ശുപാർശ ചെയ്തിട്ടുള്ള കല്ല്യാണക്ഷാരം എന്ന മരുന്ന് ത്രിലവണങ്ങൾ ചേർത്താണ് നിർമ്മിക്കാറുള്ളത്. ചെറിയ

മാത്രയിൽ നിർമ്മിത ഔഷധത്തിൽ ഒരു ദ്രവ്യം ചേർക്കുന്നതിനെയാണ് മേമ്പൊടി ചേർക്കുക എന്ന് പറയുന്നത്. പുനർന്നവാദി, ചിരുവില്വാദി തുടങ്ങിയ കഷായങ്ങൾ ഒരു നുള്ള് ഇന്തുപ്പ് മേമ്പൊടി ചേർത്തുവേണം കുടിക്കുവാൻ എന്ന് വിധിച്ചിട്ടുണ്ട്.

ഇനി ചില ലവണകല്പനകളെക്കുറിച്ച് അറിയുക. ചില ദ്രവ്യങ്ങൾ അന്തർധൂമവിധിയനുസരിച്ച് (ഒരു മൺചട്ടിയിലിട്ട് മറ്റൊരു മൺചട്ടികൊണ്ട് അടച്ച് വിടവ് ശീലമൺ ചെയ്ത് തീയിൽ ചട്ടി ചുട്ടെടുക്കുന്ന രീതി; ഇതേക്കുറിച്ച് 'ക്ഷാരങ്ങൾ' എന്ന പ്രകരണത്തിൽ വിശദമായി വിവരിക്കുന്നുണ്ട്) സംസ്കരിച്ച് എടുക്കാറുണ്ട്. അർക്കലവണം, നാളീകേരലവണം എന്നിങ്ങനെ ലവണകല്പനകൾ പലതുണ്ട്. എരുക്കില (അർക്കപത്രം) നുറുക്കിയെടുത്ത് തുല്യഅളവിൽ ഇന്തുപ്പ് പൊടിച്ച് ചേർത്ത് അന്തർധൂമവിധിയനുസരിച്ച് ഉണ്ടാക്കിയെടുക്കുന്നതാണ് അർക്കലവണം. തണുത്തശേഷം ചട്ടിപൊളിച്ച് പാകമായ ഉപ്പ് എടുക്കുകയാണ് ചെയ്യുന്നത്. ഇത് തൈര് ചേർത്ത് പ്ലീഹോദരം (spleen enlargement) ഗുല്മം, ഉദരവൃദ്ധി (ascitis) എന്നിവയിൽ അവസ്ഥാനുസരണം കൊടുക്കാം. 'നാളീകേര ലവണം' ഉണ്ടാക്കുന്ന രീതി കുറച്ചുകൂടി കൗതുകകരമാണ്. തൊണ്ട് പൊതിച്ചെടുത്ത മുഴുത്ത തേങ്ങയുടെ മുകൾ ഭാഗത്തായി ഒരു ദ്വാരമുണ്ടാക്കി അതിൽക്കൂടി പൊടിച്ച ഇന്തുപ്പ് ഇടണം. കനലിൽ ചുടുക. തണുത്തശേഷം ഇന്തുപ്പ് ലയിച്ചുചേർന്ന തേങ്ങ ചിരട്ട പൊട്ടിച്ചെടുത്ത് പൊടിച്ചുസൂക്ഷിക്കണം. അമ്ലപിത്തം (acidity), ഉദരവ്രണം (ulcer) എന്നിവയ്ക്ക് കൈകണ്ട ഔഷധമാണിത്. ദഹനക്കുറവ് പരിഹരിക്കുന്നതിനായി നല്കുന്ന ഇന്തുപ്പ് കാണം - ഇന്തുപ്പ്, അയമോദകം, തിപ്പലി, കടുക്കാത്തോട് എന്നിവ വ്യത്യസ്ത അളവിലെടുത്ത് ചൂർണ്ണമാക്കി എടുക്കുന്നതാണ്. കോഴി മാംസത്തിന്റെ അളവിന് തുല്യമായി കറിയുപ്പ് ചേർത്ത് മറ്റു ചില മരുന്നുകളും ചേർത്ത് ഉണ്ടാക്കുന്ന കുക്കുട ലവണം ഉദരവ്യാധികൾക്കും വാതഗുൽമത്തിനും ഔഷധമാണ്. ഇന്തുപ്പ് തുല്യ അളവിൽ ചേർത്ത് ഉണ്ടാക്കുന്ന ലവണോത്തമാദിചൂർണ്ണം, ലവണ ഭാസ്കരചൂർണ്ണം, വൈശ്വാനരചൂർണ്ണം എന്നിവ മോരിൽ സേവിക്കുന്നത് അർശസ് ശമിക്കാൻ ഉത്തമമാണ്. കഫം വർദ്ധിച്ചുള്ള വേദന ശമിക്കാനും ദഹനപ്രവർത്തനങ്ങളെ ദീപ്തമാക്കാനും ഉപദേശിച്ചിട്ടുള്ള പഞ്ചകോലചൂർണ്ണത്തിൽ ത്രിലവണങ്ങൾ ചേരുന്നുണ്ട്. ലവണവും ക്ഷാരവും (അടുത്തതായി വിവരിക്കുന്നുണ്ട്.)- ഇന്തുപ്പ്, ചവർക്കാരം - ചേർത്ത് മറ്റുചില മരുന്നുകളും യോജിപ്പിച്ച് ഉണ്ടാക്കുന്ന വിളംഗരാസ്നാദിചൂർണ്ണം പോലെ ലവണക്ഷാരങ്ങൾ ഒരുമിച്ച് ചേർത്തുണ്ടാക്കുന്ന നിരവധി ആയുർവ്വേദ ഔഷധങ്ങളുണ്ട്.

ക്ഷാരങ്ങൾ

ആൽക്കലികളാണ് ക്ഷാരങ്ങൾ. 'ക്ഷരസ്വഭാവമുള്ളതിനാൽ ക്ഷാരം' എന്നാണ് ചരകന്റെ നിരുക്തി. കിനിഞ്ഞിറങ്ങാൻ കഴിയുന്ന സ്വഭാവവിശേ

ഷമുള്ളതെന്ന് അർത്ഥം. ക്ഷണനേരംകൊണ്ട് ദോഷങ്ങളിൽ പ്രവർത്തിക്കുന്നത് എന്ന് *സുശ്രുതസംഹിത*യിലും പറയുന്നുണ്ട്. ശസ്ത്രം പ്രയോഗിക്കാൻ (സർജറി) ചെയ്യാൻ നിവൃത്തിയില്ലാത്ത വിഷമ സ്ഥാനങ്ങളിലും സർജറികൊണ്ട് ഭേദമാക്കാൻ സാദ്ധ്യമല്ലാത്ത അവസ്ഥകളിലും ക്ഷാരങ്ങളുടെ പ്രയോഗം ആയുർവ്വേദം വിധിക്കുന്നു. ശരീരത്തിന് പുറമെ വച്ചും അകത്തുകഴിക്കുന്നതിനും ക്ഷാരങ്ങൾ ശുപാർശ ചെയ്യുന്നുണ്ട്. പരിണതപ്രജ്ഞനായ ഒരു ചികിത്സകന് മാത്രമേ രോഗിയുടെയും രോഗത്തിന്റെയും അവസ്ഥ പരിഗണിച്ച് ക്ഷാരപ്രയോഗം നടത്താനാകൂ. കേരളത്തിൽ ക്ഷാരചികിത്സ അപൂർവ്വം വൈദ്യന്മാർ മാത്രമേ ചെയ്യുന്നുള്ളൂ.

ക്ഷാരങ്ങൾ മൂന്ന് തരത്തിലുണ്ട്. പ്രകൃതിദത്തമായി ഭൂമിയിൽനിന്ന് ലഭിക്കുന്നത്, ജൈവവസ്തുക്കളെ സംസ്കരിച്ച് ഉണ്ടാക്കുന്നത്, കൃത്രിമമായി നിർമ്മിക്കുന്നത്. സർജികക്ഷാരവും (sodium bicarbonate മുഖ്യമായുള്ളത്), ടങ്കണക്ഷാരവും (borax) ഭൂമിയിൽനിന്നും ഖനനം ചെയ്തെടുക്കുന്നവയാണ്. സർജികക്ഷാരത്തിന് തുവർച്ചിലക്കാരമെന്നും ടങ്കണത്തിന് പൊൻകാരമെന്നും പറയുന്നു. ജൈവക്ഷാരങ്ങൾ ഔഷധഗുണമുള്ള ദ്രവ്യങ്ങളിൽനിന്നും ആയുർവ്വേദചികിത്സകന്മാർ നേരിട്ട് നിർമ്മിച്ചെടുക്കുന്നു. വലിയ ഔഷധനിർമ്മാണക്കമ്പനികൾ കൃത്രിമക്ഷാരവും നിർമ്മിച്ച് വിപണിയിലിറക്കുന്നുണ്ട്.

ക്ഷാര നിർമ്മാണവിധി:- ക്ഷാരം ഉണ്ടാക്കേണ്ട വസ്തു ശുദ്ധമായ ഒരിടത്ത് ഇട്ട് ചുട്ട് ഭസ്മമാക്കി ആ ഭസ്മം ഒരു മൺപാത്രത്തിലിട്ട് അതിൽ നാലിരട്ടി ശുദ്ധജലം ഒഴിച്ച് നല്ലവണ്ണം ഇളക്കിയിട്ട് സുരക്ഷിതമായി അടച്ചുവയ്ക്കണം. രണ്ടുദിവസത്തിനുശേഷം മുകളിൽ തെളിഞ്ഞ വെള്ളം വാർത്ത് സൂക്ഷിക്കണം. അടിഞ്ഞുകിടക്കുന്ന ഭസ്മത്തിൽ വീണ്ടും നാലിരട്ടി വെള്ളമൊഴിച്ച് രണ്ട് ദിവസത്തേക്ക് അടച്ചുവയ്ക്കണം. പിന്നീട് ആ വെള്ളവും അരിച്ചുമാറ്റണം. സൂക്ഷിച്ചുവെച്ച വെള്ളം രണ്ടും ഒരിക്കൽകൂടി ഭസ്മത്തിനു മുകളിലൊഴിച്ച് അത് തീ ചൂടിൽ വറ്റിക്കണം. ശേഷിക്കുന്ന ഭസ്മമാണ് ക്ഷാരം. ഇവയെ മൃദുക്ഷാരങ്ങൾ എന്ന് പറയുന്നു. ചുണ്ണാമ്പ്, ശംഖനാഭി തുടങ്ങിയ തീക്ഷ്ണ ദ്രവ്യങ്ങൾ ചേർത്ത് പാകപ്പെടുത്തിയാൽ ഇവയെ തീക്ഷ്ണക്ഷാരങ്ങളാക്കി മാറ്റാനാകും.

ചില ക്ഷാരങ്ങൾ നിർമ്മിക്കാൻ ഈ നിർമ്മാണരീതി പോരാ. ഇനി പറയുന്ന രീതി അവലംബിക്കണം. ക്ഷാരമാക്കേണ്ട ദ്രവ്യം (ഉദാ:- വാഴമാണം) ചെറുകഷണങ്ങളാക്കി മൺചട്ടിയിലിട്ട് അതേ വലുപ്പത്തിലുള്ള മറ്റൊരു മൺചട്ടികൊണ്ട് മൂടി വിടവ് പൂർണ്ണമായും അടയത്തക്കവണ്ണം ശീലമൺചെയ്യും. (വീതികുറഞ്ഞ തുണിയിൽ മണ്ണ് കുഴച്ചെടുത്ത ചളിതേച്ച് ഉണങ്ങുന്നതിനു മുൻപേ ചട്ടികൾ തമ്മിൽ ചേരുന്ന വിടവിൽ ചുറ്റിവച്ച് ഉറപ്പിക്കുന്നത്). ഈ ചട്ടികളെ തീയിലിട്ട് ചുടുന്നു. ചാണകവറളി ഉണക്കിയതോ ഉണങ്ങിയ പുളിവിറകോ ആണ് ഉപയോഗിക്കുക. ഈ ചുട്ടെടുക്കൽ രീതിയെ 'അന്തർധൂമം' എന്നാണ് പറയുക. സ്വാഭാവിക

മായും ചട്ടിക്കുള്ളിലെ ദ്രവ്യം കരിഞ്ഞ് ചാമ്പലാകും. ഈ ഭസ്മം ഒരു പാത്രത്തിലാക്കി നേരത്തേ പറഞ്ഞതുപോലെ വെള്ളമൊഴിച്ച് വറ്റിച്ച് ക്ഷാരം തയ്യാറാക്കുന്നു.

വാഴയുടെ മാണം (ഭ്രകന്ദം) ചുട്ട് ഉണ്ടാക്കുന്ന ക്ഷാരം - കദളി ക്ഷാരം. മേന്തോന്നിക്കിഴങ്ങ് ചുട്ടുണ്ടാക്കുന്നത് - ലാംഗലി ക്ഷാരം. കൊടുവേലിക്കിഴങ്ങ് ചുട്ടെടുക്കുന്നത് ചിത്രകക്ഷാരം. ഇഞ്ചി ചുട്ടെടുത്തുണ്ടാക്കുന്നത് ആർദ്രകക്ഷാരം. എള്ളിന്റെ വൈക്കോൽ ചുട്ടെടുത്തുണ്ടാകുന്നത് തിലനാളക്ഷാരം. യവധാന്യത്തിന്റെ (ബാർലി) വൈക്കോൽ ചുട്ടുണ്ടാക്കുന്നത് യവക്ഷാരം (ചവർക്കാരമെന്ന് പറയും) കള്ളിച്ചെടിയുടെ (euphorbia neeiifolia linn) തണ്ട് ചുട്ടെടുക്കുന്നത് സ്നുഹിക്ഷാരം. കടലാടി സമൂലം ചുട്ടെടുത്തുണ്ടാക്കുന്നത് അപാമാർഗ്ഗക്ഷാരം. മുരിങ്ങത്തൊലി ചുട്ടുണ്ടാക്കുന്നത് ശിഗ്രുക്ഷാരം. പ്ലാശിൻതൊലിയിൽ നിന്നുമുണ്ടാക്കുന്നത് പലാശക്ഷാരം. വേപ്പിൻ പട്ട ചുട്ടുണ്ടാക്കുന്നത് നിംബക്ഷാരം. എരുക്കില നീറ്റിയെടുത്തത് അർക്കക്ഷാരം.

യവക്ഷാരം (ചവർക്കാരം) തേൻ ചേർത്തു കുഴച്ച് വീർത്തുനില്ക്കുന്ന ടോൺസിലുകളിൽ (താലുകണ്ഠകം) പുരട്ടുന്നത് അവയെ പ്രതിസാരണം ചെയ്യാൻ (നീര് വലിച്ചുകളയാൻ) വളരെ ഫലപ്രദമാണ്. പലാശക്ഷാരം ജലത്തിൽ കലർത്തി കാച്ചിയെടുക്കുന്ന നെയ്യ് അർശസ് രോഗം ശമിപ്പിക്കാൻ ഉത്തമമാണ്. യവക്ഷാരം ശർക്കരയും നെയ്യും ചേർത്ത് അർശോരോഗിയുടെ മലബന്ധം മാറ്റാൻ കഴിക്കാൻ അഷ്ടാംഗഹൃദയത്തിൽ പറയുന്നുണ്ട്. ആയുർവ്വേദ ചികിത്സകന്മാർ സർവ്വസാധാരണമായി യവക്ഷാരം പ്രയോഗിക്കാറുണ്ട്. ഈ ക്ഷാരം, നിർമ്മിതരീതിയിൽ അങ്ങാടിയിൽ വാങ്ങാൻ കിട്ടും. ഗുല്മം, ഹൃദ്രോഗം, ഗ്രഹണി, വിളർച്ച, പ്ലീഹാവൃദ്ധി, വയറുവീർപ്പ്, കണ്ഠരോഗം, ആസ്ത്മ, കഫം കെട്ടിയുള്ള ചുമ എന്നിവയിലും ഇത് അവസ്ഥാനസാരേണ പ്രയോഗിക്കാറുണ്ട്.

ഒരു ദ്രവ്യംകൊണ്ടുള്ള ക്ഷാരങ്ങൾ മാത്രമല്ല, പല ഔഷധികൾ ഒരുമിച്ച് ചുട്ടെടുത്തും ക്ഷാരമുണ്ടാക്കാറുണ്ട്. നേരത്തെ വിവരിച്ച അന്തർധൂമരീതിയിൽ ഉണ്ടാക്കുന്ന 'കല്ല്യാണക്ഷാരം' (ഉദാവർത്തരോഗത്തിൽ) ചുക്ക്, കുരുമുളക്, തിപ്പലി തുടങ്ങിയ 12 ഇനങ്ങൾ ചേർത്തുണ്ടാക്കുന്നതാണ്. പനവിരൽ, വലിയകടലാടി, വയൽചുള്ളി, കദളിവാഴമാണം ഇവ നാലും ചേർത്തുണ്ടാക്കുന്നത് പനവിരലാദിക്ഷാരം. മറ്റു പല പ്രയോഗംകൊണ്ടും ശമിക്കാതെയുള്ള നീർക്കെട്ടിൽ ഇവതന്നെ വറുത്ത് ഭസ്മമാക്കി ഈ ഭസ്മം വെള്ളത്തിൽ കലക്കി തെളിച്ചെടുത്തതിൽ അരിയിട്ട് വേവിച്ച് ഉണ്ടാക്കുന്ന കഞ്ഞി പാലുംചേർത്ത് കഴിക്കാൻ ഉപദേശിക്കാറുണ്ട്. ഭൗമമായിട്ടുള്ള സർജികക്ഷാരം (തുവർച്ചിലക്കാരം) ജൈവമായിട്ടുള്ള യവക്ഷാരവും - ക്ഷാരദ്വയങ്ങൾ. ഇവയോടൊപ്പം ടങ്കണം (പൊൻകാരം) ചേർന്നാൽ ക്ഷാരത്രയമായി. ഗ്രന്ഥങ്ങളിൽ ഈ രീതിയിലേ പറയുകയുള്ളൂ. വിജ്ഞനായ വൈദ്യൻ അറിഞ്ഞ് ചെയ്തുകൊള്ളണം. ക്ഷാരങ്ങൾ എന്നാണ് ഗ്രന്ഥത്തിൽ പറഞ്ഞിട്ടുള്ളതെങ്കിൽ

ചമതത്തോല്, കള്ളിത്തണ്ട്, കടലാടി, പുളിത്തോല്, എരുക്കിൻ വേര്, എള്ളിൻ തണ്ട് ഇവ ചുട്ടെടുത്ത ക്ഷാരത്തോടൊപ്പം ചവർക്കാരവും തുവർച്ചിലക്കാരവും എടുക്കണം.

കായം

സാമ്പാറിൽ മേമ്പൊടിയായി ചേർക്കുന്ന 'കായം' അറിയാത്ത മലയാളികളുണ്ടാവില്ല. നാം ഉണ്ടാക്കുന്ന പാരമ്പര്യ രീതിയിലെ എല്ലാ കറികളിലെ ചേരുവകളും ഔഷധഗുണമുള്ളവയാണ്. കായം വിശേഷിച്ചും. അനേകം കർമ്മങ്ങൾ (ഔഷധഗുണം) ഉള്ളത് എന്നർത്ഥത്തിൽ സഹസ്രവേധി എന്നും, മെഴുകിനെപ്പോലെ ഒട്ടുന്നത് എന്ന അർത്ഥത്തിൽ ജതുകം എന്നും, ബാൽഹിക ദേശത്തിലുണ്ടാകുന്നത് എന്ന അർത്ഥത്തിൽ ബാൽഹികമെന്നും ശരീരത്തിൽ വ്യാപിക്കുന്നത് എന്ന അർത്ഥത്തിൽ ഹിംഗു എന്നും രാമഠദേശത്തിലുണ്ടായത് എന്ന അർത്ഥത്തിൽ രാമഠം എന്നും കായത്തിന് പേരുകളുണ്ട്. ഇതിൽ ഹിംഗു എന്ന പദമാണ് ആയുർവ്വേദം കൂടുതലായും ഉപയോഗിച്ചിരിക്കുന്നത്. ഹിംഗുവചാദി ചൂർണ്ണം, ഹിംഗുത്രിഗുണം തൈലം, ഹിംഗുത്വഗാദിചൂർണ്ണം, ഹിംഗ്വാദി ചൂർണ്ണം എന്നിവ ഉദാഹരണങ്ങൾ. കായം എന്ന മലയാള പദം ചേർത്തുള്ള ഔഷധമുണ്ട്. ഉദാ:- കായം പരന്ദരാദി ചൂർണ്ണം. മലയാളികൾക്ക് സുപരിചിതമായ അഷ്ടചൂർണ്ണത്തിൽ മറ്റ് ഏഴു മരുന്നുകൾക്കൊപ്പം തുല്യഅളവിൽ കായവും ചേരുന്നുണ്ട്.

ഉദരകൃമികൾ, ദഹനവൈഷമ്യം, വായുവികാരം, അതിസാരരോഗം എന്നിവയ്ക്കാണ് കായം ചേർന്ന മരുന്നുകൾ മുഖ്യമായും നല്കുന്നത്.

ഹിംഗു വാതകഫാനാഹ ശൂലഘ്നം പിത്തകോപനം
കടുപാകരസം രുച്യം ദീപനം പാചനംലഘു

എന്നിങ്ങനെ *അഷ്ടാംഗഹൃദയ*ത്തിൽ കായത്തിന്റെ ഗുണങ്ങൾ വിവരിച്ചിട്ടുണ്ട്. വാതരോഗം, കഫരോഗങ്ങൾ, ഉദരത്തിൽ വായുതങ്ങിയ സ്ഥിതി, വേദന എന്നിവയെ ശമിപ്പിക്കും. പിത്തത്തെ കോപിപ്പിക്കും, രുചിയിലും വിപാകത്തിലും (ദഹനാനന്തര രസം) എരിവുരസമുണ്ടായിരിക്കും. രുചികരവും ദഹനത്തെ ദീപ്തമാക്കുന്നതും എന്നാണ് ഈ ശ്ലോകം അർത്ഥമാക്കുന്നത്.

എപിയേസി (epiyaceae) സസ്യകുടുംബത്തിലെ ഫെറുല നാർഥെക്സ് (ferrulanarthex) എന്ന ശാസ്ത്രനാമത്തിൽ അറിയപ്പെടുന്ന ഏകദേശം മൂന്ന് മീറ്റർവരെ പൊക്കത്തിൽ വളരുന്ന ചെടിയുടെ കറയാണ് കായം. കേരളത്തിൽ ഈ ചെടി സുലഭമല്ല. ഗൾഫ് രാജ്യങ്ങൾ, ബലുചിസ്ഥാൻ, അഫ്ഗാനിസ്ഥാൻ എന്നിവിടങ്ങളിൽ ധാരാളമായി വളരുന്നുണ്ട്. ഇന്ത്യയിൽ പഞ്ചാബ്, കാശ്മീർ എന്നിവിടങ്ങളിൽ കൃഷിചെയ്ത് വളർത്തുന്നുണ്ട്.

തടിച്ച വേരുകളാണ് ഈ ചെടിയുടെ പ്രത്യേകത. വേരിൽ കത്തി കൊണ്ട് വരഞ്ഞ് വരുത്തുന്ന കറയാണ് കായം. ഇതിൽ മണ്ണ് ചേർത്ത്

ഉണക്കിയ രീതിയിലാണ് നമുക്ക് വാങ്ങാൻ കിട്ടുന്നത്. ഇരുമ്പുചട്ടി തീക്കനലിൽ വച്ച് ചൂടാക്കിയശേഷം തുല്യ അളവിൽ നെയ്യൊഴിച്ച് കായം അതിലിട്ട് വറുത്തെടുക്കുന്നതാണ് ശുദ്ധീകരണ രീതി. ഇത്തരത്തിൽ ശുദ്ധിചെയ്ത കായമേ ഔഷധങ്ങളിൽ ചേർക്കാറുള്ളൂ.

വെളുത്തുള്ളി നീരിൽ കായം ഉരച്ച് രണ്ടോമൂന്നോ തുള്ളി ചെവിയിൽ ഇറ്റിച്ചാൽ ചെവിവേദനക്ക് ആശ്വാസമാകും. കുട്ടികൾക്ക് വിരശല്യം മൂലമുള്ള വയറുവേദനയ്ക്ക് കായം വെള്ളത്തിൽ അരച്ച് ഉദരഭാഗത്ത് പുരട്ടുന്നത് ആശ്വാസം നല്കും. തേങ്ങാപ്പാലിൽ കായം അരച്ച് പാമ്പുകടിയേറ്റ മുറിവിൽ തേയ്ക്കുന്നതും ചിലന്തി വിഷത്തിൽ വെറ്റിലനീരിലരച്ച കായം കടിഭാഗത്തു പുരട്ടുന്നതും പൂച്ചയുടെ കടിയേറ്റ് മുറിഞ്ഞിടത്ത് കയ്യോന്നി നീരിൽ കായം അരച്ചുപുരട്ടുന്നതും നാട്ടു വിഷചികിത്സാരീതികളാണ്.

കർപ്പൂരം

നല്ല സന്തോഷത്തെ ഉണ്ടാക്കുന്നത് (കൃവിക്ഷേപേ-പൂരി അപ്യായനേ) എന്നാണ് കർപ്പൂരം എന്ന പദത്തിന്റെ അർത്ഥം. വെളുപ്പു നിറം, നല്ലഗന്ധം, ശീതഗുണം എന്നീ പ്രത്യേകതകൾ വച്ചുകൊണ്ട് ചന്ദ്ര സംജ്ഞ:, സിതാഭ്ര:, ഹിമവാലുകം, ഗന്ധസാര: എന്നിങ്ങനെ കർപ്പൂര ത്തിന് പര്യായങ്ങളുണ്ട്. മലയപർവ്വതത്തിൽ കർപ്പൂരമരം ധാരാളം വളരുന്നു എന്നതിനാൽ മലയജഃ എന്നും പര്യായമുണ്ട്. കേരളത്തിലും നീലഗിരി, ഡെറാഡൂൺ, പശ്ചിമ ബംഗാൾ, കർണ്ണാടകം എന്നിവിടങ്ങ ളിലും കർപ്പൂര വൃക്ഷം കൃഷിചെയ്ത് വളർത്തുണ്ട്. ലോറേസി (lauraceae) എന്ന സസ്യകുടുംബത്തിലെ സിന്നാമോമം കാംഫേറ (cinna momum camphera) എന്ന ശാസ്ത്രനാമത്തിൽ ഈ വൃക്ഷം അറിയ പ്പെടുന്നു.

കർപ്പൂരമരത്തിന്റെ കറയിൽനിന്നുമാണ് കർപ്പൂരം നിർമ്മിക്കുന്നത്. ഈ കറയ്ക്ക് ഹൃദ്യമായ സുഗന്ധമുണ്ട്. ഇല, പൂവ്, കായ് എന്നിവ ഞെരടിയാൽ കർപ്പൂരം മണക്കും. പരമാവധി 8 മീറ്റർ ഉയരത്തിൽ വളരുന്ന ഈ വൃക്ഷത്തിന്റെ തടിക്ക് നല്ല കറുപ്പുനിറവും പൂക്കൾക്ക് മഞ്ഞനിറ വുമാണ്. കായിലുള്ള വിത്തുപാകിയാണ് തൈകൾ മുളപ്പിക്കുക. കർപ്പൂര മരത്തിന്റെ തടി, വേര് എന്നിവ വാറ്റിയാണ് കർപ്പൂരതൈലമുണ്ടാക്കുന്നത്. കർപ്പൂരം ഉണ്ടാക്കുന്ന രീതി കൗതുകമുണർത്തുന്നതാണ്. വിളഞ്ഞ തടി ചെറുകഷണങ്ങളാക്കി പകുതിയോളം വെള്ളം നിറച്ച കുട്ടകം പോലെ യുള്ള പാത്രത്തിൽ ഇട്ട് പാത്രത്തിന്റെ വായ് ഭാഗം പഴുതില്ലാത്തവണ്ണം അടച്ചുകെട്ടി പാത്രം അടുപ്പിൽ വച്ച് വെള്ളം തിളപ്പിക്കുന്നു. ഈ സ്ഥിതിയിൽ കർപ്പൂരം പാത്രത്തിന്റെ മുകളിൽ അകവശത്ത് പരൽപോലെ പറ്റിപ്പിടിക്കുന്നു. തണുത്തശേഷം ഈ പരലുകൾ ശേഖരിക്കുന്നു.

ശരീരബാഹ്യമായി ഉപയോഗിക്കുന്ന തൈലങ്ങളിലും സേവിക്കാൻ കൊടുക്കുന്ന ചില ഔഷധങ്ങളിലും കർപ്പൂരം ചേരുന്നുണ്ട്. ശുദ്ധിചെയ്ത

കർപ്പൂരമാണ് ഉള്ളിൽ കൊടുക്കുന്നതിന് ഉദ്ദേശിച്ചുള്ള മരുന്നുകളിൽ ഉപയോഗിക്കുന്നത്. വിഷൂചികയ്ക്ക് (കോളറ) ആയുർവ്വേദ ചികിത്സകന്മാർ നല്കിവരുന്ന 'കർപ്പൂരാസവം' ഉണ്ടാക്കുന്നതിനാണ് ഏറ്റവും കൂടുതൽ കർപ്പൂരം ഉപയോഗിക്കുന്നത്. ശുദ്ധിക്കും ലയിപ്പിച്ചെടുക്കുന്നതിനും ചാരായം (alcohol) ഉപയോഗിക്കുന്നു. കുടത്തിൽ 4.5 ലിറ്റർ ആൽക്കഹോൾ നിറച്ച് അതിൽ 3.8 കിലോഗ്രാം കർപ്പൂരം ഇട്ട് അത് ലയിച്ചശേഷം 48 ഗ്രാം വീതം ഏലത്തരി, മുത്തങ്ങാ കിഴങ്ങ്, ഇഞ്ചി, ക്രോശാണി, കുരുമുളക് എന്നിവ പൊടിച്ചിട്ട് കലക്കി ഒരുമാസം അടച്ചുകെട്ടി വച്ചിരുന്നെടുക്കുന്നതാണ് കർപ്പൂരാസവം. ഇത് രോഗിക്ക് പരമാവധി 10 മി.ലി. അളവിൽ ദിവസം 2 നേരം മാത്രമേ കൊടുക്കാൻ വിധിയുള്ളൂ. ഇക്കിൾ, ഛർദ്ദി, ചുമ, ഹൃദ്രോഗം, പൈത്തിക രോഗങ്ങൾ, വായുവികാരം, വിളർച്ച എന്നിവയിൽ ഉപയോഗിക്കുന്ന കർപ്പൂരാദി ചൂർണ്ണം, ദുഷ്ടപീനസം, തലവിറയൽ, സൂര്യാവർത്തം എന്ന തലവേദന എന്നിവയ്ക്ക് കൂടെക്കൂടെ മണക്കാനുള്ള നാസികാചൂർണ്ണം, സേവിക്കാനുള്ള അഷ്ടാദശശതീകം പ്രസാരണിതൈലം, ഏകാദശ ശതീകം പ്രസാരണിതൈലം എന്നിങ്ങനെ നിരവധി നിർമ്മിതികൾ കർപ്പൂരം ചേർത്തുണ്ടാകുന്നവയാണ്. അഭ്യംഗത്തിനുള്ള അരിമേദാദിതൈലം തുടങ്ങിയവയിലും കർപ്പൂരം ചേർക്കുന്നുണ്ട്. ഇറക്കിവെച്ചശേഷം അവസാനമാണ് കർപ്പൂരം ചേർക്കുക.

മൂക്കടപ്പ്, കഫക്കെട്ട്, ചുമ എന്നീ അവസ്ഥയിൽ വെറും കർപ്പൂരം ചൂടുവെള്ളത്തിലിട്ട് ആവി കൊള്ളുന്നത് പെട്ടെന്ന് ആശ്വാസം നല്കും. പല്ലിന് പോടുള്ളതിനാലുണ്ടാകുന്ന വേദനയ്ക്ക് അല്പം കർപ്പൂരം പഞ്ഞിയിൽ ഇട്ട് അവിടെവച്ചാൽ തല്ക്കാല ശാന്തിയുണ്ടാകും.

എരിവും കയ്പും മധുരവും കലർന്ന രുചിയാണ് കർപ്പൂരത്തിന്. ശീതഗുണമാണ്. തണ്ണീർദാഹം, മേദസ്, വിഷം എന്നിവയെ ശമിപ്പിക്കും. നേത്രത്തിന് ഹിതകരമാണ്. അമിതോപയോഗം മയക്കമുണ്ടാക്കും. ഇതിന്റെ പുക പരിസരം ശുദ്ധമാക്കും. രോഗാണുനാശകശേഷിയുണ്ട്. സുഗന്ധിമുസ്ത (കർപ്പൂര മണമുള്ള മുത്തങ്ങ)യിൽ നിന്നും കർപ്പൂരം ഉണ്ടാക്കാമെന്ന് പറയപ്പെടുന്നുണ്ട്. കർപ്പൂരം ലഭ്യമല്ലായെങ്കിൽ പകരം സുഗന്ധിമുസ്ത ഉപയോഗിക്കാൻ വിധിയുണ്ട്.

ക്ഷുദ്രജീവികൾ

കൊതുക്, ഈച്ച, എലികൾ എന്നിങ്ങനെയുള്ള ജീവികൾക്ക് രോഗം പടർത്തുന്നതിൽ പങ്കുണ്ടെന്ന് ആയുർവ്വേദവും അംഗീകരിക്കുന്നുണ്ട്. പക്ഷേ, അവയിൽനിന്നും സംക്രമിക്കുന്ന രോഗാണു ശരീരത്തിൽ പ്രവർത്തിക്കാൻ പോന്ന തരത്തിൽ വ്യക്തിക്ക് വ്യാധിക്ഷമത്വഹീനത (loss of immunity) ഉണ്ടെങ്കിലേ അവ രോഗത്തെ ഉണ്ടാക്കാൻ പ്രാപ്തമാകുന്നുള്ളൂവെന്നും രോഗമാകട്ടെ ത്രിദോഷങ്ങൾ ദുഷിച്ചു തന്നെയേ വ്യക്തീഭവിക്കുകയുള്ളൂ എന്നുമുള്ള അടിസ്ഥാന സിദ്ധാന്തങ്ങൾക്ക് വിരുദ്ധമാകുന്നില്ല ഈ അംഗീകാരം. 'നിജ'മായ രോഗങ്ങൾ എന്ന വകുപ്പിൽ ശരീരാന്തരികമായ പ്രവർത്തന വിധാനത്തിലുണ്ടാകുന്ന തകരാറുകൾമൂലം ത്രിദോഷങ്ങൾ (വാതം, പിത്തം, കഫം) ദുഷിച്ചുണ്ടാകുന്നവയും 'അഗന്തുകം' എന്ന വകുപ്പിൽ വിഷം, തീപ്പൊള്ളൽ, ക്ഷതം, ഭംഗം തുടങ്ങിയവയാലും കാറ്റിന്റെ തീവ്രതയാലുണ്ടാകുന്നവയാലും ക്ഷുദ്രജീവികൾ പടർത്തുന്നവയായും ത്രിദോഷങ്ങളുടെ അസന്തുലിതാവസ്ഥ സംഭവിച്ചുണ്ടാകുന്ന രോഗങ്ങളായി ആയുർവ്വേദം വകതിരിച്ചിട്ടുണ്ട്. എല്ലാ ശരീരങ്ങളിലും രോഗപ്രതിരോധശേഷി (വ്യാധിക്ഷമത്വം) ശക്തമായിരിക്കുകയില്ല. രോഗപ്രതിരോധശേഷി ന്യൂനമായവരിൽ ആഗന്തുകമായ രോഗങ്ങൾക്കും സാദ്ധ്യതയേറും. ആയതിനാൽ രോഗങ്ങൾ പിടിപെടാതിരിക്കാൻ ക്ഷുദ്രജീവികളുടെ ദംശനത്തിനോ സമ്പർക്കത്തിനോ ഇടയാകാതെ സൂക്ഷിക്കണം എന്നും ആയുർവ്വേദം ഉപദേശിക്കുന്നുണ്ട്.

ഇതിനായി പ്രകൃതിയിലെ വലുതും ചെറുതുമായ മിക്ക ജീവജാലങ്ങളെയും കുറിച്ച് ആയുർവ്വേദത്തിൽ വിശകലനങ്ങളുണ്ട്.

(Arthropodes, any living carrier-രോഗവാഹികളായ ഏതു ജീവികളും പരത്തുന്ന രോഗങ്ങളെ vector borne disease എന്ന് ആധുനിക ശാസ്ത്രം വിവരിച്ചിട്ടുണ്ട്.)

കൊതുകുകൾ

5 തരം കൊതുകുകളെ വേർതിരിച്ച് *സുശ്രുത സംഹിത*യിൽ പറയുന്നുണ്ട്. (1) സാമുദ്രൻ (അശുദ്ധ ജലത്തിൽ മുട്ടയിട്ടുവളരുന്നത്). (2) പരിമണ്ഡലൻ (ഉരുണ്ട രൂപമുള്ളത്) (3) ഹസ്തിമശകം (ആനയുടെ തുമ്പിക്കൈപോലെ ചൂഷണത്തിന് - വലിച്ചു കുടിക്കാൻ - അവയവമുള്ളത്. (4) കൃഷ്ണാ (കരിനിറമുള്ളത്). (5) പാർവതീയൻ (വലുപ്പമുള്ളത്)

ഇവ കടിച്ചാൽ അതികഠിനമായ വേദനയും ത്രിദോഷ കോപത്താലുള്ള രോഗങ്ങളും ഉണ്ടാകും. കടിച്ച സ്ഥലം പൊള്ളിയതുപോലിരിക്കും. നിറവ്യത്യാസവും കാണും. പാർവതീയന്റെ കടിയേറ്റാൽ വട്ടപ്പിണരും പ്രാണൻ പോകുന്നതുപോലെയുള്ള വേദനയും ഉണ്ടാകും.

ഈച്ചകൾ

വിഷമുള്ള ഈച്ചകളെ 4 വിധമായും വിഷമില്ലാത്തവയെ 6 വിധമായും പറഞ്ഞിരിക്കുന്നു.

വിഷമുള്ളവ: 1. ത്രികണ്ടകൻ (മൂന്ന് മുള്ളിന്റെ ആകൃതി മുഖത്തിനുള്ളത്) 2. കരിണി (പിടിയാനയുടെ മുഖമുള്ളത്) 3. ഹസ്തികാക്ഷൻ (ആന തുമ്പിക്കൈ ചുരുട്ടിയതുപോലെ മുഖാകൃതിയുള്ളത്) 4. അപരാജിതൻ (വിഷമുള്ളതിനാൽ തോല്പിക്കാൻ കഴിയാത്തത്). ഇവ കടിച്ചാൽ കടിഭാഗത്ത് ഭയങ്കരവേദനയും മുഴയും കറുപ്പുനിറവും ഉണ്ടാകും. ശരീരത്തിന് ഘനം തോന്നും. ശരീരമാകെ വേദനിക്കും.

വിഷമില്ലാത്തവ: 1. കാന്താരിക (കാഴ്ചയ്ക്ക് ഭംഗിയുള്ളത്) 2. കൃഷ്ണാ (കറുത്ത നിറമുള്ളത്) 3. പിംഗളാ (പിച്ചള നിറമുള്ളത്) 4. മധൂളിക (തേൻ ഉണ്ണുന്നത്) 5. കാഷായി (മെഴുകുകറയുണ്ടാക്കുന്നത്) 6. സ്ഥാലിക (ചോറ് ഭക്ഷിക്കുന്നിടത്ത് സ്ഥിരമായി കാണുന്നത്). ഇവ കടിച്ചാൽ ചൊറിച്ചിൽ, ചുട്ടുനീറ്റൽ, വേദന, പനി മുതലായവ ഉണ്ടാകും. കഷായിയും സ്ഥാലികയും കൂടുതൽ ഉപദ്രവകാരികളാകുന്നു.

എലികൾ

എലികൾ 18 എണ്ണത്തിനെ വേർതിരിച്ച് സുശ്രുത സംഹിതയിൽ വിവരിക്കുന്നു. 1. ലാലനൻ (ഉമിനീർ ഒലിച്ചു നടക്കുന്നത്) 2. പുത്രൻ (ചെറിയ ആകാരമുള്ളത്) 3. കൃഷ്ണൻ (കരിനിറമുള്ളത്) 4. ഹംസിരൻ (അരയന്നപ്പിടപോലെ സഞ്ചരിക്കുന്നത്) 5. ചിക്കിരൻ (കരളുന്നത് - ചുണ്ടെലി) 6. ഛുഛുന്ദരൻ (പുറ്റിൽ വസിക്കുന്നവൻ) 7. അലസൻ (ശരീര

കനത്താൽ മന്ദമായി സഞ്ചരിക്കുന്നവൻ) 8. കഷായ ദന്തൻ (ചുവന്ന പല്ലുള്ളത്) 9. കുലിംഗൻ (കാഴ്ചയ്ക്ക് വികൃതരൂപൻ) 10. അജിതൻ (പിടിക്കാൻ പറ്റാത്തവൻ) 11. ചപലൻ (സദാ ചലിക്കുന്നവൻ) 12. കപിലൻ (പിച്ഛള നിറമുള്ളവൻ) 13. കോകിലൻ (കുയിൽ ശബ്ദമുള്ളവൻ) 14. അരുണൻ (അരുണവർണ്ണമുള്ളത്) 15. മഹാകൃഷ്ണൻ (കരിക്കട്ടപോലെ കറുത്തത്) 16. ശ്വേതൻ (വെള്ള എലി) 17. മഹാകപിലൻ (നല്ല തവിട്ടുനിറമുള്ളത്) 18. കപോതാഭൻ (മാടപ്രാവിന്റെ വർണ്ണരാജിയുള്ളവൻ).

വായിൽനിന്നും വിഷം ഒലിക്കുക, ഛർദ്ദി, രക്തം ഛർദ്ദിക്കുക, തലവേദന, നീര്, പിടലിക്ക് സ്തംഭനം, തണ്ണീർ ദാഹം, വിഷൂചിക (കോളറ), കലശലായ ഉറക്കം, മോഹാലസ്യം, ഹൃദയസ്തംഭനം, വ്രണ മുണ്ടായി അതു ചീഞ്ഞുനാറ്റം, വാതം-പിത്തം- കഫം-രക്തം ഇവയുടെ ദൂഷ്യത്താലുണ്ടാകുന്ന രോഗങ്ങൾ എന്നിങ്ങനെ വിവിധ വ്യാപത്തുകൾ ഇവയുടെ ദംശനത്താലുണ്ടാകുന്ന വിഷബാധയാൽ സംഭവിക്കുമെന്നും പറയുന്നുണ്ട്.

കീടങ്ങൾ

വാതപ്രകൃതികളായ 18 തരം കീടങ്ങൾ മനുഷ്യരിൽ വാതരോഗ ത്തേയും അഗ്നിപ്രകൃതികളായ 24 തരം കീടങ്ങൾ പിത്തരോഗങ്ങളെയും സോമപ്രകൃതികളായ 13 തരം കീടങ്ങൾ കഫപ്രധാന രോഗങ്ങളെയും ഉണ്ടാക്കും. തുംഗിനാസൻ, വിചിലകൻ, താലകൻ, വാഹകൻ, കോഷ്ഠാ ഗാരി, കൃമികരൻ, മണ്ഡലപുച്ഛകൻ, തുണ്ഡനാദൻ, സർഷപികൻ, വൽഗുലി, ശംബൂകൻ, അഗ്നികീടം എന്നിവ പ്രാണഹാനി വരുത്താൻ പോന്ന വിഷമുള്ളവയാണെന്നും കടിസ്ഥലത്ത് അധികഠിനമായ വേദ നയും പൊള്ളലും നിറവ്യത്യാസവുമുണ്ടാക്കുമെന്നും സുശ്രുതൻ വിവരിച്ചിരിക്കുന്നു.

ഗൗളികൾ

ശ്വേതാ, കൃഷ്ണാ, രക്തരാജി, രക്തമണ്ഡലാ, സർവശ്വേതാ, സർഷ പിക എന്നിങ്ങനെ ആറ് ഗൗളികളെക്കുറിച്ച് പ്രത്യേകം പറയുന്നുണ്ട്. ഗൗളി കടിച്ചാൽ ചുട്ടുനീറ്റം, നീര്, കടിസ്ഥലത്ത് നനവ് എന്നിവ ഉണ്ടാകും. സർഷപികാ ദംശനം ഹൃദയവേദനയും അതിസാരവും ക്രമേണ പ്രാണനാശവും ഉണ്ടാക്കും.

പഴുതാര

പരുഷാ, കൃഷ്ണാ, ചിത്രാ, കപിലാ, പീതികാ, രക്തശ്വേതാ, അഗ്നി പ്രഭാ എന്നിങ്ങനെ എട്ടുവിധം പഴുതാരകളെക്കുറിച്ച് പറഞ്ഞിരിക്കുന്നു. ഇവ കടിച്ചാൽ നീര്, വേദന, ഹൃദയഭാഗത്തു ചുട്ടുനീറ്റൽ ഇവയുണ്ടാകും. ശ്വേതയോ അഗ്നിപ്രഭയോ ആണ് കടിച്ചതെങ്കിൽ മേല്പറഞ്ഞ ലക്ഷണ

ങ്ങൾക്കുപുറമെ ചുട്ടുനീറ്റൽ, മോഹാലസ്യം, വെളുത്ത കുരുക്കൾ ഇവ കൂടിയുണ്ടാകും.

തവളകൾ

കൃഷ്ണൻ (കറുത്ത തവള), സാരൻ, കനകൻ, ഹരിതൻ, വർണ്ണാഭൻ, ഭൃകടി, കോടികൻ എന്നിങ്ങനെ 8 തരം തവളകളെ പ്രത്യേകമായി വിശകലനം ചെയ്തിരിക്കുന്നു. ഇവയുടെ കടിയേറ്റാൽ കടിവായിൽ ചൊറിച്ചിലും കടികൊണ്ടയാളുടെ വായിൽനിന്ന് മഞ്ഞനിറത്തിൽ നുര വരുകയും ചെയ്യും. ഭൃകടിയും കോടികനുമാണ് കടിച്ചതെങ്കിൽ ചുട്ടുനീറ്റൽ, ഛർദ്ദി, മോഹാലസ്യം എന്നിവയും കൂടിയുണ്ടാകും.

ഉറുമ്പുകൾ

അസ്ഥൂലശീർഷാ, സംവാഹികാ, ബ്രാഹ്മണികാ, അംഗുലിയ, ചിത്രവർണ്ണാ എന്നിങ്ങനെയുള്ള 6 തരം ഉറുമ്പുകളെക്കുറിച്ച് വിശകലനം ചെയ്യുന്നുണ്ട്. ഇവയുടെ കടിയേറ്റാൽ കടിവായ് വീർക്കുകയും തീപ്പൊള്ളലേറ്റപോലെ ചുട്ടുനീറ്റലും നീരും ഉണ്ടാകും.

തേളുകൾ

മന്ദവിഷം, മദ്ധ്യവിഷം, മഹാവിഷം എന്ന് തേളിന്റെ വിഷം വച്ചുകൊണ്ട് അവയെ മൂന്നായി തിരിച്ചിരിക്കുന്നു. മന്ദവിഷമുള്ളവ 12, മദ്ധ്യവിഷമുള്ളവ 3, തീക്ഷ്ണവിഷമുള്ളവ 15, എന്നിങ്ങനെയാണ് ഇനങ്ങൾ. വായ്, വയറ്, വാൽ എന്നിവയുടെ പ്രത്യേകതകളാലാണ് ഇവയെ തിരിച്ചറിയുക. ഒരോന്നിന്റെയും ലക്ഷണങ്ങളെ വിവരിച്ചിട്ടുണ്ട്.

ചിലന്തികൾ

ചിലന്തികളെ 'ലൂതാ' എന്നാണ് ആയുർവ്വേദം സംജ്ഞീകരിച്ചിരിക്കുന്നത്. ചിലന്തിവിഷം ചികിത്സിച്ചാൽ മാറ്റാൻ കഴിയുന്ന ഇനങ്ങളെ കഷ്ടസാദ്ധ്യമെന്നും ചികിത്സിച്ചു മാറ്റാൻ കഴിയാത്ത വിഷമുള്ള ചിലന്തികളെ അസാദ്ധ്യം എന്ന ഗണത്തിലും ഉൾപ്പെടുത്തിയിരിക്കുന്നു. ത്രിമണ്ഡലം, ശ്വേതാ, കപിലാ, പീതികാ, ആലവിഷ, മൂത്രവിഷാ, രക്താ, കസനാ എന്നിവയാണ് കഷ്ടസാദ്ധ്യമായ ലൂതകൾ. സൗവർണ്ണികാ, ലാജവർണ്ണാ, ജാലിനി, ഏണിപദീ, കൃഷ്ണാ, അഗ്നിവർണ്ണാ, കാകാണ്ഡ, മാലാഗുണാ എന്നിവ അസാദ്ധ്യവിഷമുള്ള ലൂതകൾ.

ഇവയുടെ ദംശനം, സ്പർശനം തുടങ്ങിയവയാലുണ്ടാകുന്ന രോഗങ്ങൾക്കായുള്ള ചികിത്സയും വിവരിച്ചിട്ടുണ്ട്.

വിഷമുള്ളതായി പറയപ്പെട്ട എല്ലാ ജീവികളുടെയും ശവം, മൂത്രം, മലം എന്നിവ ശരീരത്തിൽ സ്പർശിക്കുന്നത് ചൊറിച്ചിൽ, വൃത്താകൃതി

യിൽ രക്തത്തടിപ്പ്, ചുവന്നനിറം, കുരുക്കൾ, കുത്തിനോവ്, ശരീരവേദന, നുലവ്, വ്രണം പൊട്ടി ഒലിക്കുക, ത്വക്ക് പഴുക്കുക, എന്നിവ ഉണ്ടാക്കുമെന്നും ആയതിനുള്ള ചികിത്സാവിധികളും ആയുർവ്വേദ ഗ്രന്ഥങ്ങളിൽ സുവിശദം പ്രതിപാദിച്ചിട്ടുണ്ട്. വിജനസ്ഥലങ്ങൾ, ആൾപാർപ്പില്ലാത്ത വീടുകൾ അസമയങ്ങളിലുള്ള സഞ്ചാരം, ശരീരം മറയ്ക്കാതെ ഇരിക്കുന്നത് എന്നിവയൊക്കെ ക്ഷുദ്രജീവികളുടെ ദർശന സ്പർശനങ്ങൾക്ക് കാരണമാകും.

ചില ജൈവ കീടനാശിനികൾ

വീടും പരിസരവും വൃത്തിയായി സൂക്ഷിക്കുക, വീടിനുള്ളിലും പുറത്തും ഔഷദ്രവ്യങ്ങൾ കൊണ്ട് പുകയ്ക്കുക, കഴുകുക, പരിസരം കാട് കയറാതെ വെടിപ്പാക്കുക, ചില ഔഷധങ്ങൾകൊണ്ട് ഉണ്ടാക്കിയ ജലം കൊണ്ട് തളിക്കുക എന്നിങ്ങനെ വിവിധങ്ങളായ പ്രയോഗങ്ങൾ ക്ഷുദ്രജീവികൾ പെരുകാതിരിക്കുവാൻ ആയുർവ്വേദം നിർദ്ദേശിച്ചിരിക്കുന്നു. എങ്കിലും പ്രയോഗത്തിന് എളുപ്പമുള്ള ചില ജൈവകീടനാശിനികൾ താഴെ പറയുന്നു.

1. പുകയില കഷായം, വേപ്പെണ്ണ ഇവ 5:1 അനുപാതത്തിൽ പ്രജനന കേന്ദ്രങ്ങളിൽ തളിക്കുക.
2. വേപ്പില കഷായം, വേപ്പെണ്ണ ഇവ 5:1 അനുപാതത്തിൽ ചേർത്ത് തളിക്കുക.
3. അപരാജിത ചൂർണ്ണം കനലിൽ പുകയ്ക്കുക. (ഗുഗ്ഗുലു, നാന്മുകപ്പുല്ല്, വയമ്പ്, ചെഞ്ചല്യം, വേപ്പ്, എരുക്ക്, അകിൽ, ദേവതാരം ഇവ പൊടിച്ചെടുത്തത്)
4. പലങ്കഷാദിചൂർണ്ണം പുകയ്ക്കുക. (ഞെരിഞ്ഞിൽ, വേപ്പില, വയമ്പ്, കൊട്ടം, കടുക്കാ, കടുക്, യവം ഇവ പൊടിച്ച് നെയ്യ് ചേർത്തുള്ളത്)
5. മയൂര പിഞ്ചാദി ചൂർണ്ണം പുകയ്ക്കുക. (മയിൽപ്പീലി, അരിതാരം, ചന്ദനം, അകിൽ, കടുക് ഇവ പൊടിച്ച് നെയ്യിൽ ചാലിച്ചെടുത്തത്)
6. നെരിപ്പോട് കത്തിക്കുക. (തുമ്പ, കറുക, വേപ്പില, കടുക് ഇവ പൊട്ടിയ മൺകലത്തിന്റെ ശിഷ്ടഭാഗങ്ങൾ കൂട്ടിവച്ചോ, പരന്ന മൺചട്ടിയിലോ തീക്കനലിലിട്ട് അതിരാവിലെയും സന്ധ്യക്കും പുകച്ച് ആ പുക വീടിനുള്ളിൽ ഏല്പിച്ചശേഷം പരിസരങ്ങളിലും ഏല്പിക്കുക. കനലണഞ്ഞ് കത്തിത്തീരുന്നതുവരെ മുറ്റത്തോ പുറത്തുള്ള തിണ്ണയിലോ വച്ച് പുക അന്തരീക്ഷത്തിൽ ഏല്പിച്ചുകൊണ്ടിരിക്കണം. ഗർഭിണി താമസിക്കുന്ന ഗൃഹത്തിൽ ഈച്ച, കൊതുക് മുതലായവ ഉണ്ടാകാതിരിക്കാൻ അണുനാശകദ്രവ്യങ്ങൾ പുകയ്ക്കണമെന്നുള്ള *കാശ്യപ സംഹിത*യിലെ നിർദ്ദേശം പ്രത്യേകം ശ്രദ്ധേയമാണ്.

മറ്റു സുരക്ഷാ രീതികൾ: ഉറങ്ങുമ്പോൾ കൊതുകുവല ഉപയോഗിക്കുക, നേർത്ത കമ്പികൾ കൊണ്ട് ഇഴയടുപ്പമുള്ള രീതിയിൽ വല തീർത്ത് ജനൽ, വെന്റിലേറ്ററുകൾ എന്നിവ അടയ്ക്കുക.

ഈച്ചകളെ നശിപ്പിക്കാൻ: ആഹാരാവശിഷ്ടങ്ങൾ, മാലിന്യങ്ങൾ എന്നിവയാണ് ഇച്ചകൾ മുട്ടയിട്ട് പെരുകാൻ ഇടയാക്കുന്നത്. ഇത് മനസ്സിലാക്കി മാലിന്യങ്ങൾ കത്തിച്ചുകളയണം. ദ്രവരൂപത്തിലുള്ളവ പൊതുമാലിന്യ നിക്ഷേപസ്ഥലങ്ങളിലേ നിക്ഷേപിക്കാവൂ. ഈച്ചകൾക്കും കൊതുകുകൾക്കും മുട്ട, ലാർവ, പ്യൂപ്പ, ഈച്ച എന്നിങ്ങനെ നാലു ഘട്ടങ്ങളുണ്ട്. കൊതുകു നിർമ്മാർജ്ജനത്തിന് പറഞ്ഞ പുകയിലക്കഷായം, വേപ്പില കഷായം, മിശ്രിതങ്ങൾ എന്നിവ ഈച്ചകളെ നശിപ്പിക്കാനും നല്ലതാണ്. ഇവയുടെ പ്രജനന കേന്ദ്രങ്ങളിൽ ഈ മിശ്രിതം തളിച്ചാൽ ലാർവകൾ നശിക്കും.

5 ഭാഗം ആവണക്കെണ്ണ 8 ഭാഗം പശപ്പൊടിയിൽ ചേർത്ത് ചൂടാക്കി മിനുസമുള്ള പേപ്പറിൽ നേർമ്മയിൽ പുരട്ടിവച്ചാൽ ഈച്ചകൾ അതിൽ വന്നൊട്ടിപ്പിടിക്കും. കൂട്ടത്തോടെ നശിപ്പിക്കാനുള്ള പ്രയോഗമാണിത്. നേരത്തേ പറഞ്ഞ ചൂർണ്ണങ്ങളും നെരിപ്പോട് ധൂപനങ്ങളും ഈച്ചകളെ അകറ്റുന്നതിനും ഉത്തമമാണ്.

പേൻ നശിപ്പിക്കാൻ: ശിരസ്സിൽ മുടിയുടെ അടിയിൽ തലയോട്ടിയിൽ, ശരീരത്ത് കക്ഷം, ഗുഹ്യപ്രദേശം എന്നിവിടങ്ങിൽ രോമമുള്ള ഭാഗങ്ങളിൽ വിയർപ്പുതങ്ങുന്ന മറ്റു ശരീരഭാഗങ്ങളിൽ മുട്ടയിട്ട് പെരുകുന്ന 3 തരത്തിലുള്ള പേനുകളുണ്ട്. ചൊറിഞ്ഞ് ത്വക്കിളകി അണുബാധ, ഗ്രന്ഥികൾക്ക് വീക്കം, പനി എന്നിവ ഉണ്ടാക്കുന്ന ഇവയെ ആധുനിക രീതിയിൽ തലയിലെ പേനുകൾ (head lice), ശരീരത്തിലെ പേനുകൾ (body lice), ഞണ്ടുസമാനമുള്ളവ (crab lice) എന്നിങ്ങനെ വിഭജിച്ചിട്ടുണ്ട്. ആയുർവ്വേദം ഇവയെ ലൂക എന്ന സംജ്ഞയിലാണ് വിവരിച്ചിട്ടുള്ളത്. പേൻ നശിപ്പിക്കുന്നതിന് വ്യക്തി ശുചിത്വം പാലിക്കേണ്ടത് പ്രധാനമാണ്. ശരീരത്തിലെ അനാവശ്യ രോമങ്ങൾ വടിച്ചുകളഞ്ഞ് ശരീരഭാഗങ്ങൾ ശുചിയാക്കി വയ്ക്കണം. ഏലാദിചൂർണ്ണം, ചെറുപയർ പൊടി ആയുർവ്വേദത്തിലെ സ്നാനചൂർണ്ണം ഇവ ഏതെങ്കിലും ഉപയോഗിച്ച് കുളിക്കണം. ദിവസവും തലയിലും, ദേഹത്തും എണ്ണതേച്ച് കുളിക്കണം. ദൂർവാകേരം (കറുക പ്രധാനമാക്കി കാച്ചിയെടുത്ത വെളിച്ചെണ്ണ) ശുദ്ധദൂർവാദികേരം, ദിനേശകേരം, നാല്പാമരാദി കേരം എന്നിങ്ങനെ വെളിച്ചെണ്ണയിൽ തയ്യാർ ചെയ്ത നിർമ്മിതികൾ പേനിന്റെയും ഈരിന്റെയും ഉപദ്രവമുള്ളവർ തലയിലും ദേഹത്തും തേയ്ക്കാൻ ഉപയോഗിക്കണം. അല്പം വരട്ടുമഞ്ഞൾപ്പൊടി ചാലിച്ച് ഈ കേരമേതെങ്കിലും തേച്ചാൽ പേനുകൾ, ഈരുകൾ, മുടിയിഴകൾക്കിടയിലെ പൂപ്പലുകൾ എന്നിവ നശിക്കും. പച്ചമഞ്ഞൾ, ദേവതാരം ഇവ അരച്ച് തേയ്ക്കുന്നതും ഉമ്മത്തില അരച്ചു തേയ്ക്കുന്നതും ഫലപ്ര

ദമാണ്. പച്ച മുത്തങ്ങ ചതച്ച് തലയോട്ടിയിലും മുടിയിലും പുരട്ടിയശേഷം അരമണിക്കൂർ കഴിഞ്ഞ് ശുദ്ധജലം കൊണ്ട് കഴുകിക്കളയുന്നത് എളുപ്പത്തിൽ ചെയ്യാൻ കഴിയുന്ന ശിര-ബാഹ്യശുദ്ധി പ്രയോഗമാണ്.

ജളൂകങ്ങൾ

ജലത്തെ ആശ്രയിച്ചാണ് ഇവയുടെ ജീവൻ എന്ന അർത്ഥത്തിൽ ജലത്തിൽ വളരുന്ന അട്ടകളെ ജലായുകാ എന്ന് പറയുന്നു. ജളൂകങ്ങൾ എന്ന് പൊതുവിൽ അറിയപ്പെടുന്നു. സാധാരണ മലിനമായ ഭൂപ്രദേശങ്ങളിലും ആൾപാർപ്പില്ലാത്ത ഇടങ്ങളിലും കാണുന്ന ചുവന്ന അട്ട, പെരുക്കാലൻ അട്ട എന്നിവയെയൊന്നും പരിഗണിക്കാതെ ജലത്തിൽ കഴിയുന്ന അട്ടകളെ വിശകലനം ചെയ്തിട്ടുള്ളതിനു പിന്നിൽ ആയുർവ്വേദത്തിന് ഒരു ലക്ഷ്യമുണ്ട്. ജലത്തിൽ ജീവിക്കുന്ന അട്ടകളെ ചികിത്സാകാര്യത്തിൽ ഉപയോഗിക്കാം. ശരീരത്തിൽ അശുദ്ധരക്തം തങ്ങി ഉണ്ടാകുന്ന വ്രണം, നീർ, ശസ്ത്രക്രിയാ സാദ്ധ്യമല്ലാത്ത ദുഷ്ടവ്രണങ്ങൾ എന്നിവയിൽ അനുശസ്ത്രം (para surgical) എന്ന തരത്തിൽ ജളുകത്തെ കൊണ്ട് കടിപ്പിച്ച് അശുദ്ധരക്തം ഊറ്റിക്കളയുന്നതിന് ആയുർവ്വേദം ജലൗകാവചരണം എന്നാണ് പേരിട്ടിരിക്കുന്നത്. ജലൗകാപചരണം വിശദമാക്കുന്ന അദ്ധ്യായത്തിന് ജലൗകാവചരണീയം എന്നാണ് പേരു നല്കിയിരിക്കുന്നത്. പ്രകൃതിയിലുള്ള ഒരു ജീവിയെ ചികിത്സാഉപകരണമാക്കിക്കൊണ്ടുള്ള ജലൗകാവചരണം തികച്ചും ഫലപ്രദവും അതിന്റെ പ്രയോഗവിധി കൗതുകകരമാണ്. സാക്ഷാൽ ധന്വന്തരിയെ ഒരേസമയം ആയുർവ്വേദത്തിന്റെ ആദിദേവനെന്നും ശസ്ത്രക്രിയ (ശല്യതന്ത്രം) യുടെ ഉപജ്ഞാതാവെന്നും പ്രകീർത്തിച്ചിരിക്കുന്നു.

ധനു: എന്നാൽ ശല്യം; ശല്യം എന്ന പദത്തിന് സ്വയം ബഹിഷ്കരിക്കാൻ കഴിയാനാകാതെ ശരീരത്തിനുള്ളിൽ പെട്ടുപോയിരിക്കുന്ന വസ്തു എന്നാണർത്ഥം കല്പിച്ചിരിക്കുന്നത്. തൃണം, മരക്കഷണം, കല്ല്, പൊടി, ലോഹം, മണ്ണ്, അസ്ഥി, രോമം, നഖം, പഴുപ്പ്, ദുഷ്ടവ്രണം, ഗർഭസ്ഥശിശു മരിച്ച് ഗർഭാശയത്തിൽ കിടക്കുന്നത് എന്നിങ്ങനെ ശല്യത്തിന് നിരവധി ഉദാഹരണങ്ങളുണ്ട്. 'തസ്യാന്തം പാരമീയർത്തി ഗച്ഛതീതി ധന്വന്തരി' എന്നാണ് നിരുക്തി. അതായത് മേല്പറഞ്ഞ രീതിയിലുള്ള ശല്യങ്ങളെ പുറത്തുകളയുന്നതിന് ഉള്ള തന്ത്രം അറിയാവുന്നവൻ ധന്വന്തരി. ശസ്ത്രം (ശസ്ത്രക്രിയയ്ക്കുള്ള ഉപകരണം) ഉള്ളിൽ കടത്തി ഏഷണം ചെയ്യുന്ന (തിരയുന്നത്) വ്യക്തി ധന്വന്തരി (surgeon) എന്നും അർത്ഥം കല്പിക്കുന്നുണ്ട്. അതായത് മേല്പറഞ്ഞ രീതിയിലുള്ള തന്ത്രത്തെ അറിയാവുന്നവൻ ധന്വന്തരി. ധന്വന്തരിയുടെ പ്രതിമയിലോ ചിത്രത്തിലോ ഇടതുകൈയിൽ ഒരു അട്ടയെ പിടിച്ചിരിക്കുന്നത് കാണാം. ശല്യതന്ത്ര (surgery) ത്തിന്റെ പ്രതീകമായിട്ടാണ് ഈ അട്ടയെ കാണിച്ചിരിക്കുന്നത്.

ബി സി 58 ൽ ഉജ്ജയിനി ഭരിച്ചിരുന്ന ഭോജരാജവംശത്തിലെ വിക്രമാദിത്യന്റെ രാജസദസ്സിലെ നവരത്നങ്ങളിൽ ഒരാളായിരുന്നു ധന്വന്തരി എന്നു ചരിത്രമുണ്ട്.

അശുദ്ധരക്തം സ്രവിപ്പിച്ച് കളയുന്ന പ്രക്രിയയ്ക്ക് രക്തമോക്ഷണം എന്ന് പറയുന്നു. ജളൂകങ്ങൾ ശീതഗുണമുള്ള വെള്ളത്തിൽ വസിക്കുന്നതുകൊണ്ടും മധുരരസത്തോടു താല്പര്യമുള്ളവയാകയാലും പിത്തദൂഷിത രക്തമോക്ഷണത്തിനാണ് ഇവയെ ഉപയോഗിക്കേണ്ടത് എന്നാണ് സുശ്രുതമതം. പാലും വെള്ളവും ചേർത്തുവച്ചാൽ അരയന്നങ്ങൾ പാൽ പാത്രം വലിച്ചുകുടിക്കും എന്നൊരു സങ്കല്പമുണ്ട്. അതുപോലെ ചികിത്സാർത്ഥം ഉപയോഗിക്കുന്ന അട്ട രക്തത്തിൽനിന്നും അശുദ്ധരക്തത്തെ മാത്രമേ കുടിക്കുകയുള്ളൂ എന്നാണ് പറയപ്പെടുന്നത്. എന്നുകരുതി ജലത്തിൽ ജീവിക്കുന്ന എല്ലാ അട്ടകളെയും രക്തമോക്ഷണത്തിന് ഉപയോഗിക്കാൻ വിധിയില്ല.

ജലത്തിൽ ജീവിക്കുന്ന 12 അട്ടകളെ ആയുർവ്വേദം തെരഞ്ഞെടുത്തിട്ടുണ്ട്. അവയിൽ 6 ഇനങ്ങൾ വിഷമില്ലാത്തവയും 6 ഇനങ്ങൾ വിഷമുള്ളവയുമാണ്. വിഷമില്ലാത്ത അട്ടയുടെ പേരുകൾ: കപിലാ, പിംഗള ശങ്കുമുഖീ, മൂഷികാ, പുണ്ഡരീകമുഖി, സാവരിക എന്നിങ്ങനെ അവയുടെ മുഖത്തിന്റെയും ശരീരത്തിന്റെയും പ്രത്യേകതകൾ കണക്കിലെടുത്തുള്ള പേരുകളാണ് സുശ്രുതൻ നല്കിയിട്ടുള്ളത്. വിഷമുള്ളവ: കൃഷ്ണാ, കർബുരാ, അലഗർദ്ദാ, ഇന്ദ്രായുധാ, സാമുദ്രകാ, ഗോചന്ദനാ എന്നിവയാകുന്നു. വിഷമില്ലാത്ത അട്ടകളെയേ രക്തമോക്ഷണത്തിനായി ഉപയോഗിക്കാവൂ. ഇരുപാർശ്വങ്ങളിലും മനശ്ശില പോലെ നിറമുള്ളതും പുറം ചെറുപയറിന്റെ നിറമുള്ളതുമായ അട്ടയാണ് കപിലാ. അല്പം ചുവപ്പു കലർന്ന ചെമ്പുനിറമുള്ളതും ശരീരം വൃത്താകൃതിയിലുള്ളതും വേഗത്തിൽ സഞ്ചരിക്കുന്നതുമായ അട്ടകളാണ് പിംഗള. യകൃത്തിന്റെ (കരൾ) നിറമുള്ളതും പെട്ടെന്ന് രക്തം കുടിക്കുന്നതും നീളമുള്ളതുമായ അട്ടയാണ് ശങ്കുമുഖി. എലിയുടെ ആകൃതിയും നിറവുമുള്ളതും ദുർഗ്ഗന്ധമുള്ളതുമായ അട്ടകളാണ് മൂഷിക. താമരമൊട്ടിന്റെ ആകൃതിയിൽ മുഖമുള്ളതും ചെറുപയറിനെപ്പോലെ പച്ചനിറമുള്ളതുമായ അട്ട പുണ്ഡരീകമുഖി. സ്നിഗ്ദ്ധതയുള്ളതും താമരയിലയുടെ നിറവും 18 അംഗുലം ($13^1/_2$ ഇഞ്ച്) നീളമുള്ളതും സാവരിക. (കന്നുകാലികളിൽ രക്തമോക്ഷണം നടത്താൻ സാവരികയെ ഉപയോഗിക്കാനാണ് നിർദ്ദേശം). വിഷമില്ലാത്ത അട്ടകൾ പലയിനം താമരകൾ (പത്മം, ഉല്പലം, നളിനം, കുമുദം, ശൈലം എന്നിങ്ങനെ വിവിധയിനം താമരകളുണ്ട്.) വിരിയുന്ന ജലാശയങ്ങളിലാണ് കാണുക. യവനം (ഉത്തരഭാരതം), പാണ്ഡ്യം (തമിഴ്നാട്) സഹ്യം (കേരളമുൾപ്പെടെയുള്ള സഹ്യപർവ്വതം അതിരിടുന്ന പ്രദേശങ്ങൾ), പൗദനം (കർണ്ണാടകം) എന്നീ രാജ്യങ്ങളിൽ സുലഭങ്ങ

ളാണെന്ന് സുശ്രുതൻ വ്യക്തമാക്കുന്നുണ്ട്. ഇവിടെ കാണുന്ന അട്ടകൾക്ക് നല്ല പുഷ്ടിയും ബലവും ഉണ്ടാകും. രക്തം നന്നായി കുടിക്കുകയും ചെയ്യും.

ജീവികളുടെ ഉണങ്ങാത്ത തോൽ ജലത്തിൽ ഇട്ടാൽ അട്ടകൾ അതിൽ വന്ന് കടിച്ചുതൂങ്ങും. അങ്ങനെയും പിടിക്കാം. അല്ലാതെ നേരിട്ടും പിടിക്കാം. ആ തടാകത്തിലെ വെള്ളം അല്പം ചളി ഇട്ട് ജലസസ്യങ്ങളുടെ ഇലയും പുല്ലുംകൂടിയിട്ട് വലുപ്പമുള്ള ഒരു പാത്രത്തിൽ നിറച്ച് അട്ടകളെ അതിലിട്ടു സൂക്ഷിക്കണം. അവയ്ക്ക് ആഹാരത്തിനായി കരിഞ്ചണ്ടി, ഉണങ്ങിയ മാംസം, മുത്തങ്ങക്കിഴങ്ങ്, താമരക്കിഴങ്ങ് അങ്ങനെയെന്തെങ്കിലും പൊടിച്ച് ഇട്ടുകൊടുക്കണം. രണ്ടുമൂന്ന് ദിവസം കഴിഞ്ഞാൽ വെള്ളം മാറ്റി പുതിയ വെള്ളം നിറയ്ക്കണം. ഏഴുദിവസം കൂടുമ്പോൾ പാത്രം തന്നെ കഴുകിവൃത്തിയാക്കിക്കൊണ്ടിരിക്കണം. ഇങ്ങനെ സൂക്ഷിക്കുന്ന നല്ല ചലനശേഷിയുള്ള അട്ടകളെ വേണം രക്തമോക്ഷണത്തിന് ഉപയോഗിക്കുവാൻ.

അട്ടയെ ശുദ്ധീകരിച്ചിട്ടുവേണം രോഗിയിൽ കടിപ്പിക്കുവാൻ. സൂക്ഷിച്ചിട്ടുള്ള അട്ടയെ പിടിച്ച് ശുദ്ധിയുള്ള ഒരു പാത്രത്തിൽ വച്ച് അതിന്റെ ശരീരത്തിൽ കടുകും മഞ്ഞളുംകൂടി അരച്ചുപുരട്ടണം (വെറും മഞ്ഞൾപ്പൊടി വിതറുകയോ ആവാം). എന്നിട്ട് വാൽ മുതൽ വായ്‌വരെ വിരൽകൊണ്ട് തടവുക. അട്ട രക്തം ഛർദ്ദിക്കും. തളർച്ച മാറിയാൽ ഇതിനെ ശുദ്ധവെള്ളത്തിൽ കഴുകിയിട്ട് രോഗിയുടെ രക്തമോക്ഷണം ചെയ്യേണ്ട ഭാഗത്തു വായ് ഭാഗം പിടിച്ചുവച്ചാൽ അട്ട രക്തം കുടിക്കാൻ ആരംഭിക്കും. രോഗിയുടെ കടിക്കേണ്ട ഭാഗത്ത് ഒട്ടും എണ്ണമയം പാടില്ല. അഥവാ ഉണ്ടെങ്കിൽ അല്പം മണ്ണോ ചാണകപ്പൊടിയോ കൊണ്ട് ആ ഭാഗം തിരുമ്മിയിട്ട് അട്ടയെ കടിപ്പിച്ചാൽ മതിയാകും. രക്തം കുടിച്ചു തുടങ്ങിയാൽ അതിന്റെ കഴുത്തുഭാഗം ഉയർന്നുതാണുകൊണ്ടിരിക്കും. അട്ടയ്ക്ക് മുകളിൽ നനഞ്ഞ പഞ്ഞിയോ തുണിയോ ഇട്ടുകൊടുക്കണം. വെള്ളം ഇടയ്ക്ക് ഇറ്റിച്ചുകൊടുക്കണം. അഥവാ അട്ട കുടിക്കാൻ മടിക്കുന്നുവെങ്കിൽ കടിക്കേണ്ട ഭാഗത്ത് ചെറുതായി കീറുകയോ പാലോ രക്തമോ ഇറ്റിക്കുകയോ ചെയ്താൽ ക്ഷണത്തിൽ അട്ട കടിക്കും. അശുദ്ധ രക്തമാണ് കുടിക്കുന്നതെങ്കിൽ രോഗിക്ക് വേദനയോ ചൊറിച്ചിലോ അനുഭവപ്പെടുകയില്ല. കുറച്ചുനേരം രക്തം കുടിച്ചിട്ട് അട്ട മയങ്ങിവീഴും. അഥവാ അട്ട പറ്റിപ്പിടിച്ചുതന്നെ ഇരിക്കുകയാണെങ്കിൽ അതിന്റെ മുഖത്ത് ഇന്തുപ്പുപ്പൊടി വിതറണം. അതോടെ അട്ട വേർപെടും. വേർപെട്ട അട്ടയെ രക്തം ദഹിക്കുന്നതിന് മുൻപ് രക്തം ഛർദ്ദിപ്പിക്കണം. അതിനായി മഞ്ഞൾപ്പൊടി പുറത്തു വിതറി വാൽ മുതൽ തലവരെ തടവണം. അല്ലെങ്കിൽ ഇന്തുപ്പ് നല്ലെണ്ണയിൽ ചാലിച്ച് പുരട്ടി തടവിയാലും മതിയാകും. രക്തം നന്നായി ഛർദ്ദിച്ച അട്ടയെ വെള്ളത്തിലിട്ടാൽ

ശീഘ്രത്തിൽ ചലിക്കുന്നതുകാണാം. ഈ അട്ടയെ നേരത്തേപറഞ്ഞ വണ്ണം വെള്ളം നിറച്ച പാത്രത്തിൽ ഇട്ട് സൂക്ഷിക്കുക. ഇതിനെ ഏഴു ദിവസം കഴിഞ്ഞേ വീണ്ടും കടിപ്പിക്കുവാൻ പാടുള്ളൂ. ചലിക്കാതെ കിടക്കുന്ന അട്ടയെ ഉപേക്ഷിക്കണം.

കേരളത്തിലെ മിക്ക ആയുർവ്വേദ ചികിത്സകന്മാരും അട്ടയെ ഉപയോഗിച്ചുള്ള രക്തമോക്ഷണം രോഗികളിൽ നടത്താറുണ്ട്. തീർത്തും നിരുപദ്രവകരമായ-അശുദ്ധരക്തം സ്രവിപ്പിച്ചുകളയാനുമുള്ള ഈ വിധി, പ്രകൃതിയിലെ തന്നെ ഒരു ചെറുജീവിയെ ഉപയോഗിച്ച് ചെയ്യാം എന്ന ആയുർവ്വേദത്തിന്റെ കണ്ടുപിടിത്തം അത്ഭുതകരം തന്നെ എന്ന് വിശേഷിപ്പിക്കാതെ തരമില്ല.

ഋതുചര്യ

ജീവജാലങ്ങൾ കാലജന്യമാകുന്നു. അവയ്ക്കുണ്ടാകുന്ന രോഗങ്ങളും കാലജന്യമാണ്. ജഗത്തെല്ലാം കാലത്തിൽ അധീനമാണ്. കാലമാണ് എല്ലാറ്റിനും കാരണം. യജ്ഞപുരിഷീയം എന്ന അദ്ധ്യായത്തിൽ ചരകൻ കാലങ്ങളെ ഇങ്ങനെയാണ് വിലയിരുത്തിയിരിക്കുന്നത്. പ്രകൃതിയുടെ ഏറ്റവും ഉദാത്തമായ ഭാവങ്ങളാണ് ഋതുക്കൾ. ഓരോരോ കാലാവസ്ഥയിലും ആരോഗ്യം സംരക്ഷിക്കാനുള്ള ഉപാധികളെ ആയുർവ്വേദം ഋതുചര്യ എന്ന പേരിൽ വിശദമാക്കിയിട്ടുണ്ട്. *ഋതുകലണ്ടർ* ഈ പുസ്തകത്തിൽ നേരത്തേ പ്രതിപാദിച്ചിട്ടുണ്ട്.

ശിശിര ഋതു

(ജനുവരി 21 മുതൽ മാർച്ച് 20വരെ, മകരം 7 മുതൽ മീനം 7 വരെ)

ശിശിര ഋതുവിലും ഹേമന്ത ഋതുവിലും തണുപ്പ് പ്രധാനമാണ്. ഹേമന്തത്തിൽ മഞ്ഞുകണങ്ങളാണ് നിറയെ കാണപ്പെടുന്നതെങ്കിൽ, ശിശിരത്തിൽ ഹിമപാതവും തണുത്ത കാറ്റിന്റെ നിരന്തരമായ അലോസരപ്പെടുത്തലുമുണ്ട്. സൂര്യന്റെ ഗതിമാറ്റത്തിൽ പങ്കെടുക്കുന്ന ഋതുക്കൾ എന്ന പ്രത്യേകതകൾ കൂടി ഇവയ്ക്കുണ്ട്. ദക്ഷിണായനത്തിൽനിന്നും ഉത്തരായനത്തിലേക്കാണ് ഈ ഗതിമാറ്റം. ശിശിരത്തിൽ കഫദോഷം, 'ചയാ'വസ്ഥയെ പ്രാപിക്കുന്നത് ശിശിരത്തിലെ 'ശീതം' മേഘ-മാരുത-വർഷജന്യമായതിനാലാണ്. ദോഷം അതിന്റെ സ്ഥാനത്തുനിന്നുവൃദ്ധിനെ പ്രാപിക്കുന്നതാണു ചയം എന്നാൽ ഹേമന്ത ഋതുവിൽ അത്തരം സാഹചര്യങ്ങളൊന്നുമില്ല. ദക്ഷിണായനത്തിന്റെ അവസാനവും അഥവാ

വിസർഗ്ഗകാലത്തിന്റെ ഒടുക്കവും (ഹേമന്തം) ഉത്തരായനത്തിന്റെ തുടക്കവും അഥവാ ആദാനകാലത്തിന്റെ ആരംഭവും (ശിശിരം) എന്നിങ്ങനെ ഭൗതികചക്രത്തിലെ പ്രധാന വ്യത്യാസം ഉൾക്കൊള്ളുന്നു എന്ന നിലയ്ക്ക് ഈ രണ്ട് ഋതുക്കളും ശ്രദ്ധേയങ്ങളാണ്. വിസർഗ്ഗം - ശരീരബലം മെച്ചപ്പെടുത്തുന്നത്. ആദാനം - ശരീരബലം കുറയുന്നത്. സൂര്യന്റെ തെക്കോട്ടുള്ള ഗതി അവസാനിപ്പിച്ച് വടക്കോട്ടുള്ള ഗതി തുടങ്ങുന്ന ഋതുക്കൾ എന്ന നിലയ്ക്ക് പ്രകൃതിയുടെ, പുതിയൊരു സ്വാധീനമാറ്റത്തിന് ശിശിരം വേദിയാകുന്നുണ്ട്. അഥവാ ആ മാറ്റത്തിന്റെ സൃഷ്ടിയാണ് ശിശിര ഋതു. ശീതകാലമാണെങ്കിലും ആദാന കാല ജന്യമായ രൂക്ഷതയും മേഘ-മാരുത-വർഷജന്യമായ രൂക്ഷതയും തണുപ്പുമാണുണ്ടാവുക. ശീതം എങ്ങനെ ശരീരത്തിലെ ജഠരാഗ്നിയിലും ദോഷങ്ങളിലും പ്രവർത്തിക്കുന്നു എന്നതുൾപ്പെടെയുള്ള കാര്യങ്ങൾ ഹേമന്ത ഋതുചര്യയിൽ ഇനി പറയുന്നുണ്ട്. ആ സമ്പ്രാപ്തികൾ ശിശിരത്തിനും ബാധകമാണ്. വിശേഷിച്ചു ശിശിരത്തിൽ, അധികം കാറ്റ് ഏല്ക്കാത്തതും എന്നാൽ നല്ല ചൂട് ലഭിക്കുന്നതുമായ ഗൃഹത്തിൽ താമസിക്കണം. (വീട്ടിൽ മുറി ചൂടാക്കി നിലനിർത്തുന്ന സംവിധാനം വേണം). പ്രകൃതിയിൽ എരിവ്, കയ്പ്, ചവർപ്പ് (കയ്പ് കൂടുതൽ) എന്നീ രസങ്ങൾ അധികരിക്കുന്നതിനാൽ, ലഭ്യതമൂലം ഈ രസാധിക്യമുള്ള ഭക്ഷണപാനീയങ്ങൾ കഴിക്കുവാൻ വ്യക്തി നിർബ്ബന്ധിതനാകുന്നു. കാലം തണുത്തതാണ്. അത് കഫവൃദ്ധിയെ ഉണ്ടാക്കും. എന്നാൽ ആഹാരമാകട്ടെ രൂക്ഷാദികളായ വാതവർദ്ധക ദ്രവ്യങ്ങളാണുതാനും. ആയതിനാൽ ഇവയുടെ ഉപയോഗം വാതത്തെ വർദ്ധിപ്പിക്കും. എന്നാൽ വാതം വർദ്ധിക്കുന്നത്, സ്വസ്ഥാനത്തിരുന്നു വർദ്ധിക്കുന്ന കഫത്തെ (കഫചയം), തൊട്ടടുത്ത വസന്ത ഋതുവിൽ സാഹചര്യം ഇണങ്ങി വരുന്നതിനാൽ അവിടെനിന്നും അന്യസ്ഥാനങ്ങളിലേക്കെത്തിക്കാൻ (കോപം, പ്രസരം, സ്ഥാനസംശ്രയം) ഇടയാക്കും. ആയതിനാൽ ശിശിരത്തിലെ കഫചയവും വസന്തത്തിലെ കഫകോപവും തടയാൻ കഫവർദ്ധകമായിട്ടുള്ളതും എന്നാൽ വാതവർദ്ധകമാകാതിരിക്കുന്നതുമായ ആഹാരവിഹാരങ്ങളാണ് വ്യക്തികൾ ശീലിക്കേണ്ടത്. ശിശിരത്തിലെ 'ശീതം' വാതത്തിന്റെയും കഫത്തിന്റെയും ഗുണമുള്ളതാണെന്നതിനാൽ രണ്ടും വർദ്ധിക്കുന്നതിനുള്ള പൊതു സാഹചര്യവുമുണ്ട് എന്നറിഞ്ഞ് ഉഷ്ണോപചാരങ്ങൾ ശീലിക്കണം.

ശിശിരത്തിൽ വർജ്ജിക്കേണ്ടവ

കഫവർദ്ധകമായുള്ളവ

പകലുറക്കം, വ്യായാമം ചെയ്യാതിരിക്കുന്നത്, മടിപിടിച്ചിരിക്കുന്നത്. മധുരം, പുളി, ഉപ്പ്, ശീതവീര്യമുള്ളവ, സ്നിഗ്ദ്ധമായവ, വഴുവഴുപ്പുള്ളവ, ഉൾപ്പഴുക്കുണ്ടാകുന്നവ, വരിനെല്ല്, ചെന്നെല്ലരി, അഴിഞ്ഞൽ, ഉഴുന്ന്,

കാട്ടുഴുന്ന്, ഗോതമ്പ്, എണ്ണ അരച്ചുണ്ടാക്കിയ പലഹാരങ്ങൾ, തൈര്, പാൽ, എള്ളും അരിയും സമം ചേർത്ത പലഹാരങ്ങൾ, പായസം, കരിമ്പിൻ നീര്, ആനുപമാംസം, ജല ജീവികളുടെ മാംസം, ജന്തുക്കളുടെ വസ, താമര നൂല്, താമരവളയം, മുത്തങ്ങ, വൻകൊട്ടപയർ, വള്ളികളി ലുണ്ടാകുന്ന മധുരഫലങ്ങൾ, ഹിതമായതും അഹിതമായതും ചേർത്ത് കഴിക്കുക, കഴിച്ചതിന്മേൽ വീണ്ടും കഴിക്കുക ഇത്യാദികൾ. വർജിക്കണം (ജലാശയങ്ങൾ കൂടുതലുള്ളതും ഈർപ്പം നിറഞ്ഞതുമായി ശീതപ്രധാ നമായ ദേശത്തിലെ ജന്തുക്കളുടെ മാംസമാണ് ആനൂപമാംസം എന്ന തുകൊണ്ട് ഉദ്ദേശിക്കുന്നത്).

വാതവർദ്ധകമായുള്ളവ

അമിതവ്യായാമം (ബലിഷ്ഠന്മാരുമായുള്ള മൽപ്പിടുത്തം, ജിംനേ ഷ്യങ്ങളിൽ ചെന്നുള്ള കഠിന വ്യായാമം തുടങ്ങിയവ), മൈഥുനം, അമിത അദ്ധ്വാനം, ശരീരത്തിനു പീഡാകരമായ പ്രവൃത്തികൾ, നീന്തൽ, രാത്രി ഉറക്കമൊഴിക്കുന്നത്, ഭാരം ചുമക്കുന്നത്, ശരീരം ഇളക്കുന്ന തരത്തിലുള്ള സഞ്ചാരം, എരുവ്, ചവർപ്പ്, കയ്പ്, രൂക്ഷത, ലഘുത്വം, ശീതവീര്യം എന്നിങ്ങനെയുള്ള പദാർത്ഥങ്ങൾ, ഉണങ്ങിയ ഇലക്കറികൾ, ഉണങ്ങിയ മാംസം, വരക്, നറുവരി (ഉദ്ദാലകമെന്ന നെല്ലിന്റെ അരി), കാട്ടുവരക്, ചമ, വരിനെല്ല്, ചെറുപയറ്, തുവരപ്പരിപ്പ്, കടല, അമരക്കായ് എന്നിവ കൂടുതലായും ഉപയാഗിക്കുക, പട്ടിണികിടക്കുക, ഭക്ഷണം കഴിച്ചതിനു മേൽ വീണ്ടും കഴിക്കുക, അധോവായു, മലം, മൂത്രം, ശുക്ലം, ഛർദ്ദി, തുമ്മൽ, ഏമ്പക്കം, കണ്ണുനീർ എന്നിവയുടെ വേഗങ്ങളെ തടയുക ഇത്യാദികൾ.

ശീലിക്കേണ്ടവ

ആഹാരപാനീയങ്ങൾ

മധുരം, അമ്ലം, ലവണം ഇവ ഒട്ടും അധികമാകാതെയുള്ള ഭക്ഷ ണം, മത്സ്യമാംസങ്ങൾ (ശീലിച്ചിട്ടുള്ളവർ) വളരെ കുറച്ചുമാത്രം ഉപയോ ഗിക്കുക. കരിമ്പിൻ നീര്, പാൽ, മാംസരസം എന്നിവയും മിതമായ അളവിൽ മാത്രം ഉപയോഗിക്കാം.

വിഹാരം

അകിൽ അരച്ച് ദേഹത്ത് പൂശി അഷ്ടഗന്ധം പുക ശരീരത്തിലേ ല്പിക്കണം. (അകിൽ, ചന്ദനം, ഗുഗ്ഗുലു, ജഡാമാഞ്ചി, കുങ്കുമം, ശീമ ക്കാട്ടം, രാമച്ചം ഇരുവേലി എന്നിവ) വ്യായാമം മിതമായ തരത്തിൽ മാത്രം. രാത്രിയിൽ നന്നായി ഉറങ്ങുക, വാതഹരങ്ങളായ ബലാതൈലം ബലാഗുളുച്യാദിതൈലം ഇവ ദേഹത്തും ശിരസ്സിലും തേച്ച് ചൂടുവെ

ള്ളത്തിൽ കുളിക്കണം. പാദരക്ഷകൾ ധരിക്കണം.

ഹേമന്തത്തെ അപേക്ഷിച്ച് ശിശിരത്തിൽ മഞ്ഞും തണുപ്പും ഏറിയിരിക്കും. അതിനാൽ കഫം കട്ടിയാകുന്നു. തണുപ്പിനാൽ അവിടെയിരുന്നു വർദ്ധിക്കുക മാത്രമേ കരണീയമായിട്ടുള്ളൂ. ഈ പ്രത്യേകതകൊണ്ടാണ് ശിശിരം കഫവർദ്ധക സ്വഭാവത്തിലാകുന്നത് (ചയം). രോഗമില്ലാത്തവരെക്കൂടി ലംഘന ചികിത്സയ്ക്ക് വിധേയരാക്കാൻ (ശോധന-ശമന ചികിത്സകൾ) ശിശിരത്തിൽ വിധിച്ചിരിക്കുന്നതിന്റെ പൊരുൾ ഇതാണ്. ('ശിശിരേതു അപരാനപി'- *അഷ്ടാംഗഹൃദയം.* ദ്വിവിധോപക്രമണീയം 11)

വസന്ത ഋതു

(മാർച്ച് 21 മുതൽ മേയ് 21 വരെ; മീനം 8 മുതൽ ഇടവം 7 വരെ)

തെക്കൻ കാറ്റുണ്ടാകുന്നു എന്നത് വസന്തത്തിലെ പ്രത്യേകതയാണ്. ശിശിരത്തെ അപേക്ഷിച്ച് വസന്തത്തിൽ സൂര്യതാപം വർദ്ധിക്കുന്നു. ചൂടിനാൽ കഫം കോപിച്ച് (ഉരുകി) ജഠരാഗ്നിയെ (ആഹാര പചനപ്രക്രിയയെ) മന്ദിപ്പിക്കും. ഈ അഗ്നിമാന്ദ്യം ദഹനാവയവത്തോടു ബന്ധപ്പെട്ട് പല രോഗങ്ങളും ജനിപ്പിക്കും. ഒപ്പം കഫ പ്രധാനമായ തമകശ്വാസം (ആസ്തമാ), മൂക്കൊലിപ്പ്, തുമ്മൽ തുടങ്ങിയ ആസാത്മ്യ നിദാനരോഗങ്ങൾ പീനസം ഇത്യാദികൾക്കും സാദ്ധ്യതയേറും. ആയതിനാൽ ഗുരുത്വമുള്ളവയും (ദഹിക്കാൻ പ്രയാസമുള്ളവ) അമ്ല-മധുര- രസമുള്ളവയും ശീതസ്നിഗ്ദ്ധമായതുമായ അന്നപാനാദികൾ വർജ്ജിക്കണം. പകലുറക്കം കഫം വർദ്ധിപ്പിക്കും എന്നതിനാൽ പാലിൽ കഫ ശമനത്തിന് ഛർദ്ദി ഉണ്ടാക്കുന്ന തരത്തിലുള്ള (വമനാദികൾ) ശോധനക്രിയ നല്ലതാണ്.

തണുപ്പിൽനിന്നും ചൂടിലേക്ക് പെട്ടെന്നുണ്ടാകുന്ന മാറ്റമാണല്ലോ വസന്ത ഋതുവിൽ സംഭവിക്കുന്നത്. ഇതിനെ അതിജീവിക്കാൻ കുളി കഴിഞ്ഞ് ശരീരത്ത് ചന്ദനവും അകിലും അരച്ചു പൂശുന്നത് നല്ലതാണ്. മദ്യം ശീലിച്ചിട്ടുള്ളവർക്ക് തേന്മാവിൻ പൂവും ചെങ്ങഴുനീർ പൂവും ഇട്ടിട്ടുള്ള ആസവം (മരുന്ന് ചതച്ചിട്ടുണ്ടാക്കുന്ന മദ്യം) അരിഷ്ടം, ശീഥു (കരിമ്പിൻ നീരിൽ നിന്നുമുണ്ടാക്കുന്ന മദ്യം) മാർദ്വീകം (മുന്തിരിങ്ങ രസത്തിൽനിന്നുമുണ്ടാക്കുന്ന മദ്യം) എന്നിവ ആകാം. മധുരരസം കഫത്തെ വർദ്ധിപ്പിക്കുന്നതാണ്. ഇവിടെ പറഞ്ഞ ദ്രവ്യങ്ങൾ മധുരഗുണമുള്ളതുമാണ്. എന്നാൽ ഇത് മദ്യഗുണമായിമാറുമ്പോൾ (തീക്ഷ്ണം, ഉഷ്ണം, രൂക്ഷം ഇത്യാദിഗുണങ്ങൾ).കഫത്തിന്റെ എതിർ ഗുണമാകയാൽ കഫവർദ്ധനയെത്തടയുന്നു. മദ്യപന്മാരല്ലാത്തവരാകട്ടെ മുത്തങ്ങയും ചുക്കും ചതച്ചിട്ട് തിളപ്പിച്ച വെള്ളം, വേങ്ങക്കാതലിട്ടു തിളപ്പിച്ച വെള്ളം, തേൻ ചേർത്ത വെള്ളം ഇതിലേതെങ്കിലും കുടിച്ചാൽ മതി. എല്ലാം കഫശമനമുണ്ടാക്കുന്നതാണ്. യവം, ഗോതമ്പ് ഇവ കൊണ്ടുള്ള ആഹാരങ്ങൾ ഉപയോഗിക്കാം എന്ന് തുടങ്ങിയുള്ള

നിർദ്ദേശങ്ങളുൾപ്പെടെ ശീലിക്കാവുന്നവയുടെ പട്ടിക ഇനി പറയുന്നുണ്ട്.

വസന്തത്തിൽ വർജ്ജിക്കേണ്ടവ

കഫവർദ്ധകമായവയെല്ലാം

അധികം മധുരമുള്ള പഴവർഗ്ഗങ്ങൾ, മധുരപലഹാരങ്ങൾ, പഞ്ചസാര, ശർക്കര, ഇത്യാദികൾ ഒഴിവാക്കണം, മധുരം അമ്ലം, ലവണം അധികരിച്ച ആഹാരങ്ങൾ, പകലുറക്കം തുടങ്ങി ശിശിരത്തിൽ വർജ്ജിക്കാൻ പറഞ്ഞിട്ടുള്ളവ എല്ലാം വസന്ത ഋതുവിലും ഒഴിവാക്കുക.

ശീലിക്കേണ്ടവ

ആഹാരപാനീയങ്ങൾ

തേൻ, യവം, ഗോതമ്പ്, മാംസം ഇവ കൂടുതലായി ഉപയോഗിക്കണം. മുയൽ, മാൻ, ലാവപ്പക്ഷി, ചീവൽപ്പക്ഷി എന്നിവയുടെ മാംസം നന്ന്. മുത്തങ്ങയും ചുക്കും ചതച്ചിട്ട് തിളപ്പിച്ച വെള്ളം കുടിക്കണം. വേങ്ങാക്കാതലിട്ടു വെന്ത വെള്ളം കുടിക്കാം. തേൻ ചേർത്ത വെള്ളവും നന്ന്. ഔഷധഗുണസമ്പന്നമായ മദ്യം മിതമായി ഉപയോഗിക്കുന്നതിൽ വിരോധമില്ല.

കയ്പ്, ചവർപ്പ്, എരിവ് രസമുള്ള ആഹാരം, കറികൾ, പച്ചക്കറികൾ ഇവ കൂടുതലായി ഉപയോഗിക്കണം.

വിഹാരം

വ്യായാമം മിതമായി ചെയ്യണം. മുതിരപൊടിച്ചത്, കോലകുലത്ഥാദി ചൂർണ്ണം, നാല്പാമരാദി ചൂർണ്ണം എന്നിവയേതെങ്കിലും കൊണ്ട് ശരീരത്തിൽ തിരുമ്മുന്നത് (ഉദ്വർത്തനം) നല്ലതാണ്. തിരുമ്മ്, ചവിട്ടിത്തിരുമ്മ് തുടങ്ങിയ ചികിത്സയ്ക്ക് വിധേയരാകാവുന്ന കാലാവസ്ഥയാണിത്. വ്യായാമാനന്തരം കർപ്പൂരം, ചന്ദനം, അകിൽ, കുങ്കുമം ഇവ അരച്ച് ദേഹത്ത് പൂശുന്നത് കൊള്ളാം. പാദരക്ഷകൾ ധരിക്കണം. രാത്രി ഉറക്കമിളയ്ക്കരുത്. പക്ഷേ, പകൽ ഉറങ്ങുകയുമരുത്. കുളി ചൂടുവെള്ളത്തിലാക്കണം.

ഗ്രീഷ്മ ഋതു

(മേയ് 22 മുതൽ ജൂലൈ 22 വരെ; ഇടവം 8 മുതൽ കർക്കടകം 7 വരെ)

നദികൾ വറ്റി ചെടികളും പുല്ലും വള്ളികളുമെല്ലാം ഉണങ്ങുന്ന ഈ കാലത്തുപോലും മനുഷ്യനും മൃഗങ്ങൾക്കും പക്ഷികൾക്കും യഥേഷ്ടം ഭക്ഷിക്കുവാൻ തേൻ കിനിയുന്ന മാമ്പഴവും ഇതരകായ്കനികളും

പ്രകൃതി കനിഞ്ഞു നല്കുന്നുണ്ട്; ഒരു പ്രായശ്ചിത്തമെന്നപോലെ. ഗ്രീഷ്മത്തിന്റെ ഈ കൊടുംചൂടിൽ പ്രകൃതി മധുരരസഫലങ്ങളെ എങ്ങനെ രൂപപ്പെടുത്തിയെടുക്കുന്നു എന്നത് അതിശയകരം തന്നെയാണ്. വിളഞ്ഞുപഴുത്ത ചക്കയും മാങ്ങയുമൊക്കെ ഇപ്പോഴത്തെ വേനല്ക്കാലത്ത് ജനങ്ങൾ എത്രകണ്ട് ഉപയോഗിക്കുന്നുണ്ടെന്നുള്ളത് സംശയമാണ്. എന്നാൽ ആയുർവ്വേദജ്ഞർ ഇവയെ ഗ്രീഷ്മത്തിൽ തപ്തമാകുന്ന ശരീരത്തെ തണുപ്പിക്കാൻ സിദ്ധൗഷധമായിത്തന്നെ പറഞ്ഞിരിക്കുന്നു. ഉഷ്ണശാന്തിക്കും ശരീരം രൂക്ഷമാകുന്നതിൽ നിന്നുമുള്ള മോചനത്തിനും വാഴപ്പഴവും ചക്കപ്പഴവും അരിഞ്ഞുചേർത്ത് പുത്തൻ മൺപാത്രത്തിൽ വച്ച് പുളിപ്പിച്ച് മണ്ണുകൊണ്ടുള്ള പാനപാത്രത്തിൽ ഒഴിച്ച് കുടിക്കണമെന്നാണ് വിധി. 'പഞ്ചസാര പാനകം' എന്നാണിതിന്റെ പേർ. ഇതേപോലെയുള്ള മറ്റു ചില ഭക്ഷണപാനീയങ്ങളും ഗ്രീഷ്മ ഋതുവിൽ ഉപയോഗിക്കാൻ പറയുന്നുണ്ട്. അതു പിന്നാലേ പറയാം. അതിനു മുൻപായി ഗ്രീഷ്മ ഋതു ശരീരത്തെ ഏതൊക്കെതരത്തിലാണ് ബാധിക്കുക എന്ന് വിശകലനം ചെയ്യാം.

സൂര്യൻ 'അതസീപുഷ്പം' പോലെ കാണപ്പെടുന്ന (അതസി-അശശി-കായാവ്) ഗ്രീഷ്മകാലത്ത് തെക്ക് പടിഞ്ഞാറ് നിന്നുമുള്ള (നിരൃതി കോൺ) ഉഷ്ണക്കാറ്റ് വീശുന്നുണ്ട്. കാറ്റും വെയിലും വിയർപ്പും ശരീരത്തിലെ സ്നിഗ്ദ്ധാംശങ്ങളെ ഊറ്റിയെടുക്കും. ജഗത്തിന്റെ ജലാംശം ഊറ്റി വറ്റിക്കപ്പെടുന്നതിനാൽ രൂക്ഷമാകുന്ന പ്രകൃതിയും ശരീരവും ഫലത്തിൽ ശരീരത്തിലെ സ്നിഗ്ദ്ധാംശമായ കഫത്തെ അനുദിനം ക്ഷയിപ്പിക്കുന്നു. ആയതിനാലാണ് തൊട്ടുമുമ്പിലുള്ള വസന്ത ഋതുവിൽ കോപിച്ചു രോഗകാരിയായി പ്രവർത്തിച്ച കഫത്തിന് ഗ്രീഷ്മ ഋതുവിൽ ശമനമുണ്ടാകുന്നത്. എന്നാൽ കഫത്തിന്റെ അളവറ്റ ക്ഷയം ശരീരത്തിന്റെ രൂക്ഷത കൂട്ടുന്നതിനാൽ രൂക്ഷ ഗുണമുള്ള വായു ശരീരത്തിൽ ചയിക്കാൻ (വായു അതിന്റെ സ്ഥാനത്തിരുന്നു വർദ്ധിക്കുന്നത്) തുടങ്ങുന്നു. ഗ്രീഷ്മത്തിൽ ആദിത്യ-പവനന്മാർ അത്യർത്ഥ തീക്ഷ്ണോഷ്ണ രൂക്ഷന്മാരാകയാൽ പ്രപഞ്ചത്തിലെ സസ്യ-ധാന്യവർഗ്ഗങ്ങളൊക്കെയും ലഘുരൂക്ഷഗുണങ്ങൾ വർദ്ധിക്കുന്ന നിലയിലാവും. വാതദോഷം ലഘുരൂക്ഷ ഗുണമുള്ളതാണ്. ആയതിനാൽ ലഘുരൂക്ഷ ഗുണങ്ങളോട് കൂടിയിരിക്കുന്ന സസ്യങ്ങൾ ആഹാരത്തിൽ ഉപയോഗിക്കുന്നതുകൊണ്ട് ലഘുരൂക്ഷഗുണങ്ങളുള്ള വാതം ഗ്രീഷ്മകാലത്ത് ശരീരത്തിൽ ചയിക്കുന്നു. പ്രകൃതിയിലാകട്ടെ ലവണം, കടു (എരുവ്), അമ്ലം (പുളി) എന്നീ രസങ്ങൾക്ക് ശക്തി കൂടുന്നു. എന്നാൽ എന്തുകൊണ്ട് വായു ചയാവസ്ഥയിൽ തന്നെ നില്ക്കുന്നു? എന്തുകൊണ്ട് കോപിക്കുന്നില്ല? ശീതഗുണമുള്ളതല്ല കാലാവസ്ഥ. വാതത്തിന്റെ ഗുണങ്ങൾ: 'തത്രരൂക്ഷോ ലഘുശീത ഖരസൂക്ഷ്മശ്ചലോ' എന്നതാണ്. അതായത് രൂക്ഷ ലഘു ഗുണങ്ങൾക്കൊപ്പം ശീതം കൂടി ചേർന്നു വന്നാലേ വാതത്തിനു കോപിക്കാൻ സാഹചര്യമാകുന്നുള്ളൂ. എന്നാൽ

കഫഗുണങ്ങൾക്ക് ആകെ വിപരീതമാണ്, പ്രാകൃതിക ഭാവമെന്നതിനാൽ, വസന്ത ഋതുവിൽ കോപിച്ചു നിന്ന കഫം ഗ്രീഷ്മത്തിൽ ശമിക്കുകയും ചെയ്യുന്നു. (കഫത്തിന്റെ ഗുണങ്ങൾ: 'സ്നിഗ്ദ്ധ ശീതോർ ഗുരുർമന്ദ ശ്ലക്ഷ്ണോമൃത്സ്ന സ്ഥിര' എന്നാണ്) തീക്ഷ്ണോഷ്ണ ഗുണമുള്ള പിത്തത്തിന് അനുകൂലമാണ് കാലമെങ്കിലും, 'സസ്നേഹ തീക്ഷ്ണോഷ്ണം ലഘുവിസ്രം സരംദ്രവം' എന്ന പിത്തഗുണ നിർണ്ണയമനുസരിച്ച് സ്നേഹഗുണത്തോടുകൂടിയ (എണ്ണമയം) തീക്ഷ്ണ ഉഷ്ണാദികളാണ് പിത്തത്തിനുള്ളത്, ദ്രവം എന്ന പ്രത്യേകതയുമുണ്ട്. പക്ഷേ, ഇവ കഫത്തോളം ക്ഷയിപ്പിക്കപ്പെടുന്നില്ല ഗ്രീഷ്മത്തിൽ. ആയതിനാൽ കാലം പൂർണ്ണമായും പിത്തവർദ്ധനയക്ക് സാഹചര്യമാകുന്നില്ല. 'വൃദ്ധി സമാനൈ സർവേഷാം'– അതായത് സമാനഗുണങ്ങൾ കൊണ്ടാണ് വൃദ്ധിയുണ്ടാകുന്നത്. ഇവിടെ വാതത്തിന്റെ കാര്യത്തിലും കഫത്തിന്റെയും പിത്തത്തിന്റെയും കാര്യത്തിലും ഗ്രീഷ്മത്തിന്റെ സ്വഭാവം സമാനഗുണമുള്ളതല്ല എന്ന് സാരം.

മനുഷ്യനെ വല്ലാതെ തപിപ്പിക്കുന്ന ഗ്രീഷ്മത്തിൽ ത്രിദോഷങ്ങളിലൊന്നും കോപിക്കുന്നില്ലാ എന്നത്, ജീവജാലങ്ങളുടെ നിലനില്പ് അപകടത്തിലാകാതിരിക്കാൻ പ്രകൃതി തയ്യാറാക്കിവച്ചിരിക്കുന്ന മറ്റൊരു മായാജാലം തന്നെ എന്നുകരുതണം. ഇങ്ങനെയല്ലായിരുന്നെങ്കിൽ ഒരു ഗ്രീഷ്മത്തിന്റെ തീവ്രതയിൽ എല്ലാം ചത്തൊടുങ്ങിയേനെ!

എന്നിരുന്നാലും വാതപിത്തങ്ങളെ കൂടുതൽ ദുഷിപ്പിക്കാതിരിക്കാൻ പ്രതിരോധമാകുന്നതും ആയതിനാൽ രൂക്ഷതീക്ഷ്ണ ഗുണങ്ങളെ പരമാവധി കുറയ്ക്കുന്നതുമായ സൗമ്യഗുണപ്രധാനമായ ആഹാരങ്ങളും ഉപചാരങ്ങളും ഗ്രീഷ്മ ഋതുവിൽ സ്വീകരിക്കണം. ശരീരത്തിനു രൂക്ഷതയും തീക്ഷ്ണതയും ഉണ്ടാക്കുന്ന എല്ലാം വർജ്ജിക്കുകയും വേണം. മധുരരസം പ്രധാനമായുള്ള ആഹാരത്തിന് ഗ്രീഷ്മത്തിന്റെ തീക്ഷ്ണതയെ ശരീരത്തിനു ഹാനികരമാകാത്ത വണ്ണം പ്രതിരോധിക്കാൻ പ്രാപ്തിയുണ്ട്. ആയതിനാൽ മധുരപ്രധാനമായ ആഹാരവിഭവങ്ങൾ പാകംചെയ്തോ, തിരുമ്മിയോ കഴിക്കണം. ദ്രവരൂപത്തിലുള്ളവയ്ക്കും തണുത്തവയ്ക്കും പ്രാധാന്യം നല്കണം. സ്നാനം തണുത്ത വെള്ളത്തിലാകണം. ഗ്രീഷ്മ ഋതുവിൽ മദ്യം കുടിക്കരുത്. കാരണം മദ്യം തീക്ഷ്ണോഷ്ണരൂക്ഷാദികളായ ഗുണമുള്ളതാണ്. വേനൽച്ചൂടിൽ ഇത് ശരീരത്തെ കൂടുതൽ രൂക്ഷമാക്കി ദോഷകോപങ്ങളുണ്ടാക്കും. ശീലിച്ചുപോയവർക്ക് നിർവ്വാഹമില്ലെങ്കിൽ വളരെക്കൂടുതൽ വെള്ളം ചേർത്ത് അല്പം മദ്യം ആകാം. മദ്യം കുടിച്ചാൽ നീര്, ശരീരത്തിന് അയവ്, ചുട്ടുനീറ്റൽ, മയക്കം ഇവയുണ്ടാക്കും. (ദേഹം ചൂടുവെള്ളത്തിലും ശിരസ്സ് തണുത്തവെള്ളത്തിലും എന്ന സ്നാനവിധിക്ക് ഗ്രീഷ്മത്തിൽ വ്യതിയാനമുണ്ടെന്നറിയുക.) അതായത് ശിരസ്സും ശരീരവും തണുത്ത വെള്ളത്തിൽ കുളിക്കണം. സ്നാനാനന്തരം പഞ്ചസാര ചേർത്ത മലർപ്പൊടി നക്കിത്തിന്നണം.

നേരത്തെ പറഞ്ഞ 'പഞ്ചസാരപാനകം' പോലെ ഗുണപ്രദമാണ്, ശുദ്ധമായ വെള്ളത്തിൽ പാതിരിപ്പൂവിട്ടു ഗന്ധം പിടിപ്പിച്ചിട്ട് കർപ്പൂര പ്പൊടിചേർത്ത് വെള്ളം കുടിക്കുന്നത് 'ശശാങ്കകിരണം' കഴിച്ചിട്ട് പുറമേ എരുമപ്പാൽ കുടിക്കണം. (പാൽ പഞ്ചസാര ചേർത്ത് കുറുക്കി കുഴുക്കട്ട പോലെയാക്കി എടുക്കുന്നതാണ് ശശാങ്കകിരണം) മലർപ്പൊടി ചേർത്ത തോ പഞ്ചസാര ചേർത്തതോ ആയ പാനീയങ്ങളും നല്ലതാണ്. രസാളം, രാഗം, പാനകം-ഇവ നന്ന്.

രസാളം - തൈര് വെള്ളം ചേർക്കാതെ ചുക്ക്, ജീരകം, കുരുമുളക് ഇവയുടെ പൊടിയും പഞ്ചസാ രയും കൂട്ടി കടഞ്ഞെടുക്കുന്നത്.

പാനകം - രുചിയുള്ള പഴങ്ങളുടെ ചാറ് പഞ്ചസാര ചേർത്ത് കൽക്കണ്ടം, ഏലത്തരി, പച്ചില (ഒരു സസ്യൗഷധം) ഇലവർഗ്ഗം എന്നിങ്ങനെ യുള്ള സുഗന്ധദ്രവ്യങ്ങളും ചേർത്ത് തീച്ചൂ ടിൽ വാങ്ങി പാകത്തിലെടുക്കുന്നത്.

രാഗം - വിളഞ്ഞ മാങ്ങ തൊലി ചെത്തിക്കളഞ്ഞ് സാമാന്യം വലിയ കഷണങ്ങളാക്കി അകത്ത് നെയ്യ് പുരട്ടിയ മൺ കലത്തിലിടണം. അഞ്ചാറ് നെല്ലിക്കയും കൂടി ഇട്ട് വെള്ളമൊ ഴിച്ച് തിളപ്പിച്ച് പഞ്ചസാര ചേർത്ത് കുഴമ്പു രൂപത്തിൽ എടുക്കുന്നത്.

ആമ്രഫലപാനകം - പച്ചമാങ്ങ ആവിയിൽ വേവിച്ച് തണുത്ത വെള്ളത്തിൽ തിരുമ്മി പിഴിഞ്ഞ് അരിച്ച് പഞ്ചസാര ചേർത്ത് കുരുമുളകുപൊടി, കർപ്പൂരം ഇവ ചെറിയ അളവിൽ ചേർത്ത് ഉണ്ടാക്കുന്നത്.

ഉപ്പ്, എരുവ്, പുളി എന്നീ രസങ്ങൾ പരമാവധി കുറയ്ക്കണം. വ്യായാമവും വെയിൽ കൊള്ളുന്നതും ഗ്രീഷ്മത്തിൽ വർജ്ജിക്കണം.

വാഴയില, സൗഗന്ധികപുഷ്പം, താമരവളയം, താമര ഇല, ആമ്പലിന്റെ ഇല ഇവ വിരിച്ചതോ ഇവകൊണ്ടു തീർത്തതോ ആയ കിടക്കയിൽ വെളുത്തതും ചുവന്നതുമായ പൂക്കൾ വിതറി അതിന്മേൽ കിടന്നു പകലുറങ്ങുന്നത് ഉത്തമം. (പകലുറക്കം കഫവർദ്ധകമായതി നാലും കഫം വാതത്തിന്റെ വിരുദ്ധ ഗുണമുള്ളതായതിനാലും ഗ്രീഷ്മ ത്തിൽ സംഭവിക്കുന്ന വാതചയത്തെ കുറയ്ക്കുമെന്നതിനാലുമാണ് ഇവിടെ ശുപാർശ ചെയ്തിരിക്കുന്നത്.) ധാരാഗൃഹങ്ങൾ (രാമച്ചവെള്ളം വീണുകൊണ്ടിരിക്കുന്നതിനാൽ തണുപ്പുള്ളത്) ഉറങ്ങാൻ നന്ന്. പനിനീർ നനച്ച സുഗന്ധമുള്ള തുണിവിരിച്ച മറ കിടക്കയ്ക്ക് ചുറ്റും കെട്ടിയാൽ കൊള്ളാം. (ഇക്കാലത്തെ എയർ കണ്ടീഷണർ പരിഗണിച്ചാലും മതി). ദേഹത്ത് ചന്ദനം പൂശുന്നതും പുഷ്പഹാരങ്ങൾ ധരിക്കുന്നതും ഗ്രീഷ്മത്തിൽ നല്ലതാണ്. നേരിയ വസ്ത്രങ്ങൾ ധരിക്കുന്നതാണ് നല്ലത്. ഗ്രീഷ്മത്തിൽ മൈഥുനം നിഷേധിച്ചിരിക്കുന്നു. വ്യായാമവും ഗ്രീഷ്മ

ഋതുവിൽ വർജ്ജിക്കണമെന്നാണ് നിർദ്ദേശം.

ലവണം, എരിവ്, പുളിരസമുള്ള ഭക്ഷണപാനീയങ്ങൾ എന്നിവ ഉപയോഗിക്കരുത്. ശരീരത്തിന്റെ രൂക്ഷത വർദ്ധിപ്പിക്കാൻ ഈ രസങ്ങൾ കാരണമാകും എന്നതിനാലാണ് ഉപേക്ഷിക്കാൻ പറയുന്നത്. മധുര ഗുണപ്രധാനമായ ആഹാരത്തെത്തന്നെ ലഘുവും സ്നിഗ്ദ്ധവും ശീതവും ദ്രവവുമായി ഉപയോഗിച്ചുകൊണ്ട് ഗ്രീഷ്മ ഋതുവിൽനിന്നും ശരീരത്തെ രക്ഷിക്കണം.

ഗ്രീഷ്മത്തിൽ വർജ്ജിക്കേണ്ടവ

വാതവർദ്ധകമായിട്ടുള്ളവയെല്ലാം

വ്യായാമം, മദ്യം, മൈഥുനം, ലവണം, കടു (എരുവ്), അമ്ലം (പുളി) രസമുള്ള ആഹാരപാനീയങ്ങൾ, വെയിലേല്ക്കുന്നത്, ഉറക്കമൊഴിക്കുന്നത്, ഉണങ്ങിയ ഇലക്കറികൾ, ഉണങ്ങിയ മാംസം, ഉപവാസം തുടങ്ങിയവ.

ശീലിക്കേണ്ടവ

ആഹാരപാനീയങ്ങൾ

മധുരഗുണമുള്ളവയും ശീതവീര്യമുള്ളവയും ദ്രവരൂപത്തിലുള്ളവയും ചെന്നെല്ലരിച്ചോറ്, പാൽ, നെയ്യ്, മുന്തിരിങ്ങ, പഴവർഗ്ഗങ്ങൾ, മലർപ്പൊടി കലർത്തിയ വെള്ളം, ജാംഗലമാംസം, മത്സ്യം, പഞ്ചസാരപാനകം, ശശാങ്കകിരണം, രസാളം, രാഗം, പാനകം, പാതിരികുസുമവാസിതം ജലം ഇത്യാദികൾ.

വിഹാരം

പകലുറക്കമാകാം. വ്യായാമം ശീലിച്ചിട്ടുള്ളവർക്ക് മിതമായ തോതിൽ ചെയ്യാം. തണുത്ത വെള്ളത്തിൽ സ്നാനം, ധാരാഗൃഹത്തിൽ ഉറങ്ങണം, ദേഹത്ത് ചന്ദനം പൂശാം, നേരിയ വസ്ത്രധാരണം, നിലാവേറ്റ് മട്ടുപ്പാവിൽ കാറ്റുകൊണ്ട് വിശ്രമിക്കണം. രാത്രിയിൽ സുഖനിദ്രയുണ്ടാകണം.

കർപ്പൂരമല്ലി, മുല്ലപ്പൂവ്, ഹരിചന്ദനം എന്നിവയിലുള്ള ഹാരം ശരീരത്തിൽ ധരിക്കുന്നതും കൊള്ളാം. (സുഖകരമായ തണുപ്പ് ശരീരത്തിലേല്പിക്കാനുള്ള എളുപ്പ വിദ്യകളായി ഇത് കണ്ടാൽ മതി.)

വർഷ ഋതു

(ജൂലൈ 23 മുതൽ സെപ്തംബർ 22 വരെ;
കർക്കിടകം 8 മുതൽ കന്നി 6 വരെ

പടിഞ്ഞാറേ സമുദ്രം കടന്നുവരുന്ന കാറ്റാണ് വർഷകാലത്ത് വീശുക. സൗത്ത് വെസ്റ്റ് മൺസൂൺ എന്നറിയപ്പെടുന്ന മഴക്കാലമാണിത്. ഇടയ്ക്ക് ദുർബ്ബലമാവുകയും പ്രാവൃട് കാലത്ത് വീണ്ടും കുറച്ചൊന്നു ശക്തി പ്രാപിക്കുകയും ചെയ്യുന്നു. കേരളത്തിൽ കാണുന്ന ഇടവപ്പാതി മഴ (കാലവർഷം) വർഷ ഋതുവിലുണ്ടാകുന്നതാണ്. ഇടിയും മിന്നലും മഴയോടൊപ്പം കാണാറുണ്ട്.

ഗ്രീഷ്മത്തിലെ സൂര്യതാപത്തിൽ ചുട്ടുപഴുത്തിരുന്ന ഭൂമി മഴയേറ്റ് പൊടുന്നനെ തണുക്കുമ്പോൾ അമ്ലരസം ഉത്ഭൂതമാകുന്നു. ഗ്രീഷ്മത്തിലെ 'ഉഷ്ണം' വാതത്തിന്റെ സ്വാഭാവികമായ 'ശീത' ഗുണത്തിന് എതിരായ തിനാലാണ് വായു കോപിക്കാതെ ചയിച്ചു തന്നെ നിന്നിരുന്നതെങ്കിൽ, വർഷകാലത്ത് ശീതം പ്രകൃതിയാകെ നിറയുന്നതിനാൽ വാതം തുല്യഗുണമാർന്ന് കോപിക്കുക തന്നെ ചെയ്യുന്നു. യഥാർത്ഥത്തിൽ മൂന്നു ദോഷങ്ങൾക്കും (വാതം, പിത്തം, കഫം) ദൂഷ്യം സംഭവിക്കാവുന്ന സാഹചര്യം വർഷ ഋതുവിലുണ്ട്. ഭൂമിയിൽനിന്നുയരുന്ന ബാഷ്പം കൊണ്ട് അമ്ലരസപ്രധാനമായ അന്തരീക്ഷ സമ്പർക്കത്താൽ പിത്ത ദുഷ്ടി സംഭവിക്കുന്നുണ്ട്. ആയതിനാലാണ് വർഷം 'പിത്ത ചയകാലം' കൂടിയായത്. വേനലിൽ ഭൂതലമാകെക്കിടന്ന മാലിന്യങ്ങൾ വർഷകാലത്ത് ഒഴുകി ജലാശയങ്ങളിലെത്തുന്നതുകൊണ്ട് ജലാശയങ്ങളും മലിനമാകുന്നു. മഴയാൽ വെള്ളം കലങ്ങുകയും ചെയ്യും. ഇങ്ങനെയുള്ള ജലോപയോഗത്തിൽ കഫവും ദുഷിക്കുന്നു. കുപിതമായിരിക്കുന്ന വാതത്തിന്റെ പ്രസരണം, ദൂഷിതമായിരിക്കുന്ന പിത്ത-കഫങ്ങളാൽ രോധിക്കപ്പെടുന്നു. എന്നാൽ മഴയാലുള്ള 'ശീതം' കഫത്തെ ഘനീഭവിപ്പിക്കുന്നതിനാൽ കഫം സ്വമാർഗ്ഗം വിട്ടുള്ള സഞ്ചാരത്തിന് (കോപം) പ്രാപ്തമാകുന്നില്ല. പക്ഷേ, പിത്തം, മേല്പറഞ്ഞ അമ്ലാധിക്യമാകുന്ന ജലത്തിന്റെ ഉപയോഗം കൊണ്ടും വർഷകാലത്ത് അമ്ലഗുണമധികരിക്കുന്ന സസ്യധാന്യാദികളുടെ ഉപയോഗത്താലും അമ്ലപാകിത്വം പിത്തത്തിന്റെ സ്വഭാവമായതിനാലും ചയിക്കുന്നു. (സ്വസ്ഥാനത്തിരുന്ന് വർദ്ധിക്കുന്നു) പ്രകൃതിയുടെ ശീതളിമയിൽ നിന്നുള്ള സ്നിഗ്ദ്ധതയും ഭൂബാഷ്പത്താലുള്ള അമ്ലാധിക്യം നല്കുന്ന തീക്ഷ്ണതയും 'സസ്നേഹ തീക്ഷ്ണം' എന്ന പിത്തഗുണത്തിന് അനുഗുണമായിരിക്കുന്നു എന്നതും പിത്തചയത്തിനു പശ്ചാത്തലമാകുന്നുണ്ട്. പിത്തം 'ഉഷ്ണ'ഗുണമുള്ളതും വർഷകാലം 'ശീത'ഗുണമുള്ളതുമായതിനാൽ അതുല്യതയാൽ ചയാവസ്ഥയിൽ നില്ക്കുകയേ നിർവ്വാഹമുള്ളൂ എന്ന സ്ഥിതിയിലാണ്. ദോഷങ്ങളുടെ ഈദൃശ ദുഷ്ടി ജഠരാഗ്നിയെയും (ആഹാരപചനക്രിയ) മന്ദീഭവിപ്പിക്കുന്നു. ജഠരാഗ്നിമാന്ദ്യം തിരിച്ചു ദോഷദൂഷണത്തെ വർദ്ധിപ്പിക്കുന്നുണ്ട്. ഇങ്ങനെ ദോഷങ്ങളും അഗ്നിയും പരസ്പര ദൂഷണം നടത്തുന്നു. ദക്ഷിണായനകാലം (വിസർഗ്ഗകാലം) ശരീരബലത്തെ വിട്ടുതരുന്ന കാലമാണല്ലോ. വർഷ ഋതു വിസർഗ്ഗകാലത്തിലെ ആദ്യ ഋതു കൂടി ആയതിനാൽ ഉത്തരായനത്തിനുശേഷം ലഭിക്കുന്ന ആ ശരീരബലമാണ്, യഥാർത്ഥത്തിൽ ബാഹ്യ-ആഭ്യന്തര കാരണങ്ങൾ സർവ്വ ദോഷങ്ങളും ദുഷിക്കാൻ പ്രാപ്തമാണെങ്കിലും ഇവയുടെ വികൃതിയിൽ

നിന്നും ശരീരത്തെ രക്ഷിച്ചു നിർത്തുന്നത്. ആദാനകാലം (വർഷ ഋതുവിനു തൊട്ടുമുൻപുവരെ) ശരീരത്തെ ദുർബ്ബലമാക്കി നിർത്തിയിരുന്നു എന്ന് പറഞ്ഞാൽ ആ കാലത്ത് ജഠരാഗ്നിയും ദുർബ്ബലമായിരുന്നു എന്നാണല്ലോ മനസ്സിലാക്കേണ്ടത്. അങ്ങനെ ഒരവസ്ഥയിലായിരുന്ന ജഠരാഗ്നി, വിസർഗ്ഗകാലത്തോടെ (ബലം ലഭിക്കുന്നകാലം) ശക്തിയാർജ്ജിക്കേണ്ടതാണ്. പക്ഷേ, വർഷകാലത്ത് വാത-പിത്ത- കഫങ്ങൾക്കുണ്ടാകുന്ന പ്രകൃതിദത്തമായ ദൂഷണംകൊണ്ട് ദുർബ്ബലമായിത്തുടരുകയാണ് സംഭവിക്കുക.

വർഷകാലത്തു ബാധിക്കുന്ന രോഗങ്ങളെ വിലയിരുത്തിയാൽ വാതപ്രധാനമായ രോഗങ്ങളും ജഠരാഗ്നി മാന്ദ്യത്താൽ (ദഹനേന്ദ്രിയ ദുർബ്ബലതയാൽ) ഉണ്ടാകുന്ന രോഗങ്ങളുമാണ് പരക്കെ ഉണ്ടാകുന്നതെന്നു കാണാം. മലിന ജലോപയോഗത്തിൽ അതിസാരം, പ്രവാഹിക (amoebic dysentery) വിഷൂചിക (cholera) ഇത്യാദി കോഷ്ഠാശ്യത രോഗങ്ങളുണ്ടാകാൻ ജഠരാഗ്നിയുടെ മന്ദത സഹായകരമാകുന്നുണ്ട്. ആയതിനാൽ ഈ പറഞ്ഞ എല്ലാ സ്ഥിതികളും പരിഗണിച്ചുകൊണ്ടുള്ള ദോഷശമനോപാധികളും ആഹാരവിഹാരങ്ങളുമാണ് വർഷകാലത്ത് ശീലിക്കേണ്ടത്.

വിഷ സങ്കടരോഗം

പിത്ത പ്രകൃതിയായിട്ടുള്ള ഒരു വ്യക്തി (ജന്മ പ്രകൃതി പ്രകരണം വായിക്കുക) വർഷകാലത്ത് വിഷാന്നം കഴിക്കാനിടയാകുന്നതും പിത്തരക്തദൂഷ്യത്തിന് കാരണമാകുന്ന ആഹാരങ്ങൾ ശീലിക്കുന്നതും 'വിഷ സങ്കട'മെന്ന രോഗത്തെ ഉണ്ടാക്കും. നൂറുപേർക്ക് രോഗമുണ്ടായാൽ ഒരാൾ മാത്രമേ രക്ഷപ്പെടാൻ സാദ്ധ്യതയുള്ളൂ എന്ന മുന്നറിയിപ്പ്, പിത്ത പ്രകൃതിയുള്ളവർ വർഷകാലത്ത് ഭക്ഷണകാര്യത്തിൽ വളരെ ജാഗ്രതയുള്ളവരായിരിക്കണം എന്നോർമ്മിപ്പിക്കുന്നു.

വർഷ ഋതുവിൽ വിഷവൃദ്ധിയുണ്ടാകുമെന്നതിനാൽ ഒരു തരം വിഷ ബാധയുമേല്ക്കാതെ എല്ലാവരും ശ്രദ്ധിക്കണം. വർഷ ഋതു അതിന്റെ ശക്തിയെ ദ്വിഗുണീഭവിപ്പിക്കും. പിത്തത്തിന്റെ ചയകാലമാണ് വർഷം. രക്തവും പിത്തവും ആശ്രയ-ആശ്രയീബന്ധമുള്ളതുമാണ്. ആയതിനാൽ രക്തപിത്ത ദൂഷ്യമുണ്ടാക്കുന്ന കടുക്, വരക്, ഉദ്ദാലകമെന്ന നെല്ലരി, മുതിര, അമരയ്ക്കാ, പടവലങ്ങാ, അതിപാകം സംഭവിച്ച ചുരയ്ക്കാ, പൊന്നാവീരം, ഈഴച്ചേമ്പ്, വെള്ളുള്ളി, പനമ്പഴം, പച്ചമുന്തിരിങ്ങ എന്നിവ വർഷ ഋതുവിൽ ഉപയോഗിക്കരുത്.

വർഷത്തിൽ വർജ്ജിക്കേണ്ടവ

വാതവർദ്ധകമായിട്ടുള്ളവ

ആറ്റുവെള്ളം ഉപയോഗിക്കരുത്. വെള്ളത്തിൽ കലർത്തി മലർപ്പൊടി, പകലുറക്കം (കാലം ശീതമായതിനാൽ കഫദൂഷണമുണ്ടാകും),

കഠിനാദ്ധ്വാനം, വെയിൽ കൊള്ളുന്നത്, കഷായം (ചവർപ്പ്), തിക്തം (കയ്പ്), കടു (എരുവ്) ഇവയുടെ ഉപയോഗം നിയന്ത്രിക്കണം.

പിത്തവർദ്ധകമായിട്ടുള്ളവ

കടുക്, മുതിര, അമരയ്ക്കാ, പടവലങ്ങാ, വെള്ളുള്ളി ഇത്യാദികൾ മത്സ്യം, ആട്ടിൻ മാംസം, തൈര്, മോര്, ഉറക്കമിളയ്ക്കൽ.

ശീലിക്കേണ്ടവ

ആഹാരപാനീയങ്ങൾ

നെയ്യിൽ വറുത്ത പരിപ്പുചാറും മാംസരസവും കൂട്ടിയുള്ള അരിയാഹാരം, ഗോതമ്പ്, യവം പരിപ്പ്, മാംസരസം, മിതമായ രീതിയിൽ അമ്ലരസമുള്ളവ, ഉപ്പ്, തേൻ, ചെറുപയർ, രസം, അരിഷ്ടം ധാരാളം തുവർച്ചില ഉപ്പുചേർത്തതോ, പഞ്ചകോലം പൊടിച്ചിട്ടതോ ആയ തൈർ വെള്ളം, തിളപ്പിച്ചാറ്റിയ മഴവെള്ളം, കിണർവെള്ളം, ചെറുപയർ, പരിപ്പ് ഇവകൊണ്ടുണ്ടാക്കുന്ന യൂഷം, പുളിയും ഉപ്പും നെയ്യും ചേർത്ത ആഹാരങ്ങൾ കുറച്ച് ദ്രവരൂപത്തിലുള്ള ഭക്ഷണങ്ങൾ (മദ്യ ശീലമുള്ളവർക്ക് പഴക്കം ചെന്ന മദ്യമോ മുന്തിരിങ്ങയിലുണ്ടാക്കിയ അരിഷ്ടമോ ആകാം).

വിഹാരം

ഉദ്വർത്തനം (ഔഷധപ്പൊടി ദേഹത്ത് തിരുമ്മുന്നത്) ചെയ്യണം. ചന്ദനം, അകിൽ ഇവ കൊണ്ടു പുകയേല്പിച്ച വസ്ത്രം ധരിക്കുക. അഷ്ടഗന്ധം പുക ശരീരത്തിലേല്പിക്കുക. പാദരക്ഷകൾ ധരിക്കണം. വീട് ഇഴജന്തുക്കളും, കൊതുക്, ഈച്ച, എലി ഇത്യാദികളും കയറാത്ത വണ്ണം സൂക്ഷിക്കണം. തുമ്പ, ഉണങ്ങിയ വേപ്പില, കടുക് തുടങ്ങിയവകൾ കൊണ്ട് വീടും പരിസരവും പുകയ്ക്കണം. ശുദ്ധിയുള്ള വസ്ത്രങ്ങളും മാലകളും ധരിക്കുക, ചന്ദനവും അകിലും ദേഹത്ത് അരച്ച് പൂശണം.

യൂഷം, മാംസരസം എന്നിവയുടെ നിർമ്മാണവിധി ഇവിടെ കുറിക്കുന്നു.

മാംസരസം

നാലുപലം(192 ഗ്രാം) മാംസം കൊത്തിനുറുക്കി കഴുകി ഒന്നര കഴഞ്ചുവീതം ($4^1/_2$ ഗ്രാം) ചീനതിപ്പലി, കാട്ടുതിപ്പലിവേര്, ചുക്ക്, കൊടുവേലിക്കിഴങ്ങ്, മല്ലി ഇവ ചതച്ച് എല്ലാംകൂടി നാലിടങ്ങഴി വെള്ളത്തിൽ (3 ലി:72 മി. ലി:) രണ്ടുപലം (96 ഗ്രാം) മാതളങ്ങാത്തോട് ചതച്ചിട്ട് ഒരിടങ്ങഴിയാക്കി (768 മി. ലി:) പിഴിഞ്ഞരിച്ച് കായവും ഇന്തുപ്പും ജീരകവും പൊടിച്ചിട്ട് തയ്യാറാക്കുന്നത്.

പഞ്ചകോലം

തിപ്പലി, കാട്ടുതിപ്പലിവേര്, കാട്ടുമുളകിൻ വേര്, കൊടുവേലിക്കിഴങ്ങ് (ശുദ്ധി ചെയ്തത്), ചുക്ക് എന്നിവ.

യൂഷം

യുക്തമായ ധാന്യം (ചെറുപയർ, തോരൻ പരിപ്പ് തുടങ്ങിയവ) രണ്ടുപലം (96 ഗ്രാം) നാലിടങ്ങഴി വെള്ളത്തിൽ (3072 മി.ലി:) ഒരു പലം (48 ഗ്രാം) മാതളനാരങ്ങാത്തോടും ചേർത്ത് വറ്റിച്ച് ഒരിടങ്ങഴി (768 മി.ലി:) യാക്കി ഊറ്റിയെടുത്ത് മുക്കാൽ കഴഞ്ചുവീതം($2^1/_4$ ഗ്രാം) ഇന്തുപ്പും, ചുക്കും മല്ലിയും തിപ്പലിയും ജീരകവും പൊടിച്ചിട്ടുണ്ടാക്കുന്നത്.

നെയ്യിൽ വറുത്തെടുത്തത് കൃതയൂഷം അല്ലാത്തത് അകൃതയൂഷം എന്ന് പറയുന്നു.

വമന വിരേചനാദികർമ്മങ്ങൾകൊണ്ട് ശരീരശുദ്ധി വരുത്തിയിട്ട് കഷായവസ്തി (പഞ്ചകർമ്മ ചികിത്സയിലെ ഒരിനം) ചെയ്യണം. അതിവർഷമുള്ള ദിവസം പുളിയും ഉപ്പും രസം തിരിച്ചറിയാവുന്ന രീതിയിൽ ചേർത്തതും നെയ്യ് ചേർത്തതും ഉരുട്ടാവുന്ന വിധത്തിൽ ഉണങ്ങിയതും തേൻചേർത്തും ലഘുവായിട്ടുള്ളതുമായ ഭക്ഷണമേ ആകാവു എന്ന് അഷ്ടാംഗഹൃദയകാരൻ നിർദ്ദേശിക്കുന്നു. മൈഥുനം പാടില്ലെന്നും കാൽനട, വ്യായാമം എന്നിവ ഒഴിവാക്കണമെന്നും *അഷ്ടാംഗസംഗ്രഹ*ത്തിലും പറയുന്നുണ്ട്. കുളിക്കാനും കുടിക്കാനും നദിയിലെ വെള്ളം ഉപയോഗിക്കരുത്. മലർപ്പൊടി കലക്കിയവെള്ളം കുടിക്കരുത്. പകലുറക്കം, അധികം ദ്രവരൂപത്തിലുള്ള ഭക്ഷണം ഇവയും ഒഴിവാക്കാൻ ഉപദേശിച്ചിരിക്കുന്നു.

ശരത് ഋതു

(സെപ്തംബർ 23 മുതൽ നവംബർ 21 വരെ;
കന്നി 8 മുതൽ വൃശ്ചികം 6 വരെ)

മഴ മാറുകയും വെയിൽ ഭൂമിയിൽ പരക്കുകയും ചെയ്യുന്നതോടെ തണുപ്പിൽ പൊരുത്തപ്പെട്ടിരുന്ന ശരീരം പെട്ടെന്ന് ചൂടുപിടിക്കുന്ന അവ സ്ഥയിലെത്തുന്നു. വർഷത്തിൽ ചയിച്ചിരുന്ന പിത്തം ശരത്തിൽ കോപി ക്കുന്നു. ഭൂമിയിൽ ഇപ്പോഴും ഈർപ്പമുണ്ട്. ആയതിനാൽ വെയിൽ ഭൂമിയെ ചൂടാക്കുമ്പോൾ ഭൂമിക്കും പൈത്തികഭാവങ്ങളാണ് വർദ്ധിക്കുക. രസങ്ങളുണ്ടാകുന്നതിൽ (രുചി) പഞ്ചഭൂതങ്ങളിൽ ഓരോന്നിന്റെയും പങ്കിനെക്കുറിച്ച് ആയുർവ്വേദം പറയുന്നിടത്ത്, അഗ്നിയും ഭൂമിയും അധി കരിച്ചാണ് അമ്ലരസം ഉണ്ടാകുന്നതെന്നുള്ള വിശകലനം ഇവിടെ നേരിൽ ബോദ്ധ്യപ്പെടുത്തുന്നതാണ് ശരദൃതുവിലെ അമ്ലാധിക്യം. അമ്ലം പിത്ത വർദ്ധനയുണ്ടാക്കുന്നതാണ്. അമ്ലത്തോടൊപ്പം അത്രത്തോളമില്ലെങ്കിലും

ലവണം, കടു (എരുവ്) എന്നീ രസങ്ങളും സസ്യധാന്യാദികളിൽ അധികരിക്കുന്നു. ശരദൃതുവിൽ ആയതിനാൽ മേല്പറഞ്ഞ രസങ്ങളുള്ള ഭക്ഷണപാനീയങ്ങൾ ഒഴിവാക്കി പകരം എതിർ ഗുണങ്ങളുള്ള മധുരം, തിക്തം, കഷായം (ചവർപ്പ്) എന്നീ രസങ്ങളുള്ളവയെ കൂടുതലായി ഉപയോഗിക്കണം. ലാവപ്പക്ഷി, തിത്തിരപ്പക്ഷി, മാൻ, ആട്, മലമാൻ, മുയൽ എന്നിവയുടെ മാംസവും ചെന്നെല്ലരി, യവം, ഗോതമ്പ് എന്നിവ കൊണ്ടുണ്ടാക്കിയ ആഹാരങ്ങളുമാണ് യോജ്യം. ചെറുപയറ്, പഞ്ചസാര, നെല്ലിക്ക, പടവലങ്ങ, തേൻ, യവം എന്നിവയും നന്ന്.

ഹംസോദകം

ശുദ്ധജലം പൊടിപടലങ്ങളേല്ക്കാത്തവണ്ണമുള്ള സ്ഥലത്ത് പകൽ സൂര്യരശ്മിയും രാത്രിയിൽ ചന്ദ്രരശ്മിയും ഏല്ക്കുംവിധം തുറന്നുവച്ച ശേഷം എടുക്കുന്നതാണ് ഹംസോദകം. ശരത് കാലത്ത് അഗസ്ത്യ നക്ഷത്രസാമീപ്യമുള്ളതിനാൽ അതിന്റെ രശ്മികളേറ്റ് ഈ ജലം വിഷഹീനമാകുന്നു. ശരത്കാലത്തു കുടിക്കാനും കുളിക്കാനും അവഗാഹത്തിനും (മുക്കിയിരുത്തൽ) ഈ ജലം ഉപയോഗിക്കണം. ഇത് അമൃതുപോലെ വിശേഷഗുണമുള്ളതാകുന്നു. ത്രിദോഷങ്ങളെ ശമിപ്പിക്കും. കഫ വർദ്ധന തടയും. (സൂര്യചന്ദ്രന്മാർക്ക് 'ഹംസങ്ങൾ' എന്ന് പ്രതീകാത്മകമായ പേരുണ്ട്. അവയുടെ സ്പർശമേല്ക്കുന്നതിനാൽ ഹംസോദകം). മനസ്സിനു കുളിർമ്മയും ശരീരത്തിനു ശീതളത്വവും നല്കുന്ന ആഹാരവിഹാരങ്ങൾ ശീലിക്കണം. വയറു നിറയുന്ന തരത്തിലുള്ള ഭക്ഷണം പാടില്ല. തൈര്, വെയിൽ, ക്ഷാരം, വസ, എള്ളെണ്ണ, കാറ്റേല്ക്കൽ, തീക്ഷ്ണമായ മദ്യം, പകലുറക്കം, മഞ്ഞുകൊള്ളൽ എന്നിവ വർജ്ജിക്കേണ്ടവയായി പറയുന്നുണ്ട്. പൊയ്കയിൽ നീന്തിത്തുടിക്കുക, സന്ധ്യാസമത്ത് വെൺമേടയിൽ കയറി ലഘുവും ശുദ്ധിയുള്ളതുമായ വസ്ത്രവും മാലയും ധരിച്ചുകൊണ്ട് ദേഹത്ത് ചന്ദനവും രാമച്ചവും അരച്ചുപൂശി നിലാവ് ഏല്ക്കുക എന്നിവ നല്ലതാണ്.

തിക്തരസപ്രധാനമായ ഘൃതം സേവിക്കുന്നത് പിത്തത്തെ ശമിപ്പിക്കും. വയറിളക്കുന്നതും പിത്തശമനകരമായതിനാൽ ചെയ്യാവുന്നതാണ്. രക്തവും പിത്തവും ആശ്രയാശ്രയീബന്ധമുള്ളവയായതിനാൽ രക്തദൂഷ്യത്താലുള്ള രോഗങ്ങൾ ബാധിക്കാൻ ശരത്തിൽ സാദ്ധ്യത കൂടുതലാണ്. അതു മനസ്സിലാക്കിയുള്ള ആഹാര പാനീയങ്ങളേ ഉപയോഗിക്കാവൂ. രക്തമോക്ഷണം (blood letting) ആവശ്യമെങ്കിൽ ചെയ്യണം.

ഋഷിപ്രോക്തമായിട്ടുള്ള ഋതുഗണനയിൽ ശരത് ഋതുവിൽ ആശ്വയൂജ-കാർത്തിക മാസങ്ങൾ ഉൾപ്പെടുന്നു. (പ്രാവൃട് ചേർക്കുമ്പോൾ ഈ മാസഘടനയ്ക്ക് വ്യത്യാസം വരും. ആയതിനാൽ കേരളത്തിൽ വ്യത്യസ്തമായാണ് ആശ്വയൂജ - കാർത്തിക മാസങ്ങളുടെ ആഗമനം). ആശ്വയൂജമാസത്തിൽ അശ്വതി നക്ഷത്രം വെളുത്തവാവിനോട്

ചേർന്നുവരികയും ആകാശത്ത് അഗസ്ത്യനക്ഷത്രത്തിന്റെ സാന്നിദ്ധ്യമുണ്ടാവുകയും ചെയ്യുന്നതിനാൽ പ്രപഞ്ചമാകെ വിഷങ്ങൾക്ക് വീര്യഹാനി സംഭവിക്കുകയും അന്തരീക്ഷം നിർമ്മലമാവുകയും ചെയ്യുന്നുണ്ട്.

വർജ്ജിക്കേണ്ടവ

പിത്തവർദ്ധനയുണ്ടാക്കുന്ന എല്ലാം

ക്രോധം, ശോകം, ഭയം, കഠിനാദ്ധ്വാനം, ഉപവാസം, അതിമൈഥുനം, എരുവ്, പുളി, ഉപ്പ് എന്നീ രസങ്ങൾ, തീക്ഷ്ണ ഗുണമുള്ളവ, എള്ളെണ്ണ, പിണ്ണാക്ക്, മുതിര, കടുക്, അതസി (കായാവ്), പച്ചനിറമധികരിച്ച ഇലക്കറികൾ, പന്നിമാംസം, മത്സ്യം, കോലാടിന്റെ മാംസം, ചെമ്മരിയാടിന്റെ മാംസം, തൈര്, മോര്, തൈരിൻ തെളി, വെപ്പുകാടി, വിവിധ സുരാമദ്യങ്ങൾ, പുളിരസമുള്ള കായ്കൾ, പുളിരസമുള്ളവ ചേർത്തുള്ള കറികൾ, പകലുറക്കം, കിഴക്കൻ കാറ്റ് ഏല്ക്കുന്നത്.

ശീലിക്കേണ്ടവ

ആഹാരപാനീയങ്ങൾ

ശീത, ലഘുഗുണമുള്ളവയും ചവർപ്പ്, മധുരം, തിക്തം (കയ്പ്) രസമുള്ളതുമായ ആഹാര പാനീയങ്ങൾ, ചെന്നെല്ല്, ഞവര നെല്ല്, (ഇവയുടെ അരിയിലുള്ള ചോറ്, മറ്റു വിഭവങ്ങൾ) പടവലങ്ങ, നെല്ലിക്ക, മുന്തിരി, ജാംഗലമാംസം, തേൻ, ഹംസോദകം.

വിഹാരങ്ങൾ

ചന്ദനവും രാമച്ചവും കർപ്പൂരവും അരച്ച് ദേഹത്ത് പൂശണം. താമരപ്പൂക്കളുള്ള പൊയ്കയിൽ നീന്താം. നിലാവ് ഏല്ക്കണം. വാതപിത്തശമനങ്ങളായ തൈലം ദേഹത്ത് തേച്ച് തിരുമ്മിക്കുളിക്കണം. (പ്രഭഞ്ജനം, പിണ്ഡതൈലം, ധാന്വന്തരം കുഴമ്പ് ഇത്യാദികൾ) തലയിൽ ക്ഷീരബലതൈലം, ബലാഗുളുച്യാദിതൈലം, ധാന്വന്തരം തൈലം ഇവ തേയ്ക്കാവുന്നതാണ്.

ഹേമന്ത ഋതു

(നവംബർ 22 മുതൽ ജനുവരി 20 വരെ; വൃശ്ചികം 7 മുതൽ മകരം 6 വരെ)

നദികളിൽ മഞ്ഞുകട്ടകൾ പ്രത്യക്ഷപ്പെടും, മത്സ്യങ്ങളും പക്ഷികളും ഇവയ്ക്കിടയിൽ ഒളിച്ചിരിക്കും. നദിയിൽ ആവി ഉയരും. ഭൂമിയുടെ ചൂട് പുറത്തുപോകാൻ വഴിയില്ലാത്തതിനാൽ കിണറ്റിലെ വെള്ളം ചൂടുള്ളതാകും. പാച്ചോറ്റി, ഞാഴൽ, പുന്ന, അരിനെല്ലി എന്നിവ പൂക്കുന്നു. ആന, ആട്, പോത്ത്, കുതിര, കാക്ക എന്നിവ ഉത്സാഹഭരിതരാകുന്നു.

സൂര്യനും ദിക്കുകളും മഞ്ഞുപുക പിടിച്ചപോലെയാകുന്ന ഇക്കാലത്ത് വടക്കൻ കാറ്റ് രോമാഞ്ചത്തെ ഉണ്ടാക്കുമെന്ന് വാഗ്ഭടൻ വ്യക്തമാക്കുന്നുണ്ട്.

ഹേമന്തം അതിശൈത്യകാലമാണ്. തണുപ്പിനാൽ സ്വേദവഹസ്രോതസ്സുകൾ സങ്കോചിതമായിരിക്കുന്നതിനാൽ ആന്തരോഷ്മാവ് ബഹിർഗമിക്കാതിരിക്കുകയും അത് അകത്തുനിന്ന് ജഠരാഗ്നിയെ കൂടുതൽ ജ്വലിപ്പിക്കുകയും ചെയ്യുന്നതിനാൽ വിശപ്പ് അധികരിക്കും. അളവുകൂടിയാലും ഗുരുദ്രവ്യം ഭക്ഷിച്ചാലും സുഖമായി ദഹിക്കുന്നത് അതിനാലാണ്. ആയതിനാൽ ഭക്ഷണം നല്ലപോലെ കഴിക്കാതിരുന്നാൽ ധാതു പുഷ്ടി ലഭിക്കുകയില്ല. മാത്രമല്ല അഗ്നിയുടെ തീക്ഷ്ണതയാൽ ധാതുക്കൾ ശോഷിപ്പിക്കപ്പെടാനും സാദ്ധ്യതയുണ്ട്. ധാതുക്ഷയം 'വാത'ത്തെ വർദ്ധിപ്പിക്കും. വാതവർദ്ധന വീണ്ടും ജഠരാഗ്നി വർദ്ധനയ്ക്ക് കാരണമാകും. അതിനാൽ ശീതകാലത്ത് നെയ്യ്, അമ്ല-ലവണരസങ്ങൾ, കൊഴുപ്പുള്ള മത്സ്യങ്ങൾ, ജലാശയസവിധത്തിലുള്ള ജീവികളുടെ മാംസവും കോഴി മാംസം, ഗോമാംസം ഇത്യാദികളും ആഹാരത്തിൽ ഉൾപ്പെടുത്തണം. മൃഷ്ടാന്നം കഴിക്കണം.

ഹേമന്തം ഇത്രമേൽ ശീതമാണെങ്കിൽ 'കഫദോഷം' വർദ്ധിക്കുകയല്ലേ സംഭവിക്കുക? 'സ്നിഗ്ദ്ധശിതോർ ഗുരുർമന്ദശ്ലക്ഷ്ണോമൃത്സ്ന സ്ഥിരകഫ' എന്ന കഫഗുണം വച്ചുകൊണ്ട് അതിശൈത്യത്താൽ കഫം കട്ടിയായിപ്പോകുന്ന അവസ്ഥയിലായതിനാൽ അതിനു സ്വമാർഗ്ഗം വിടാനാകുന്നില്ല. സ്വസ്ഥാനത്തിരുന്നുള്ള വൃദ്ധിയും ഉണ്ടാകുന്നില്ല. സ്വമാർഗ്ഗം വിട്ട് പ്രസരിക്കുന്നത് ദോഷകോപവും സ്വസ്ഥാനത്തിരുന്നുള്ള വൃദ്ധി ദോഷചയവുമാണല്ലോ? ചയവും വൃദ്ധിയും ദോഷങ്ങൾക്ക് സംഭവിക്കാത്ത ഏക ഋതുവാണ് ഹേമന്തം. പിത്തം ശരത് ഋതുവിൽ കോപിച്ചിട്ടുണ്ടെങ്കിൽ അത് തൊട്ടടുത്ത ഹേമന്ത ഋതുവിന്റെ ആഗമനത്തോടെ ശമിക്കുകയും ചെയ്യും. ദക്ഷിണായന കാലത്തിന്റെ അവസാനമാണ് ഹേമന്തം. ദക്ഷിണായനകാലത്ത് (വിസർഗ്ഗകാലം) സൂര്യൻ തേജസറ്റും ചന്ദ്രൻ തേജസ്വിയായും മാറുന്നുണ്ട്. ദക്ഷിണായനകാലം ശരീരബലത്തെ വിട്ടുതരുന്ന കാലമാണല്ലോ. ആയതിനാൽ 'വ്യാധിക്ഷമത്വം' (രോഗപ്രതിരോധ ശേഷി) മനുഷ്യരാശിക്ക് ഏറെ ദീപ്തമായിരിക്കുന്ന കാലം കൂടിയാണ്. ദോഷങ്ങൾക്ക് ചയവും കോപവുമില്ലാ എന്നതുതന്നെ സൗഖ്യം നല്കുന്നുണ്ട്. കേരളത്തിലെ ഋതുഘടനയനുസരിച്ച് ശിശിരം ഒഴിവാകുകയും 'പ്രാവൃട്' ഉൾപ്പെടുകയും ചെയ്യുമ്പോൾ ഹേമന്തഋതുവിന്റെ പകുതി കഴിഞ്ഞാൽ ഇത് കേരളത്തിൽ കഫചയകാലമായി മാറുന്നുണ്ട്. വ്യക്തിക്ക് നല്ല വിശപ്പ് തോന്നുകയും അതിനനുസരിച്ച് ഭക്ഷണം കഴിക്കുകയും ചെയ്യുന്നതിനാൽ ശരീരത്തിന് ഓജസ്സും ഉന്മേഷവും വർദ്ധിക്കുകയും ചെയ്യുന്നു.

മധുരരസം പ്രകൃതിയിൽ അധികരിക്കുന്നു. അമ്ല-ലവണങ്ങൾക്കാണ് പിന്നെ പ്രാധാന്യമുള്ളത്. ആയതിനാൽ ഇവയുടെ ഉപയോഗം

പരമാവധി കുറച്ചിട്ട് പകരം എരിവ്, കയ്പ്, ചവർപ്പ് എന്നീ രസങ്ങളടങ്ങുന്ന ആഹാര-പാനീയങ്ങൾ ഉപയോഗിക്കുകയാണ് വേണ്ടത്. ഹേമന്തത്തിൽ രാത്രിക്ക് ദൈർഘ്യം കൂടും. ആയതിനാൽ പ്രഭാതത്തിൽ നല്ല വിശപ്പ് തോന്നിക്കും. വാതഹരങ്ങളായ തൈലംകൊണ്ട് ആഭ്യംഗം ചെയ്തിട്ട് (ശൈത്യംകൊണ്ട് വാതം ദുഷിക്കുന്നത് ഒഴിവാക്കാനും കൂടിയാണിത്), തലയ്ക്കെണ്ണയും വ്യായാമപടുക്കളോടുചേർന്നുള്ള മല്പിടുത്തം (അല്ലെങ്കിൽ നല്ലതുപോലെ വിയർക്കുന്ന ഏതെങ്കിലും കളിയിലേർപ്പെടാം) എന്നിവ നന്ന്. തുടർന്ന് കഷായരസമുള്ള ഇഞ്ചകൊണ്ട് തേച്ച് കുളിച്ചതിനുശേഷം കസ്തൂരിയും കുങ്കുമവും ശരീരത്ത് അരച്ചു പുരട്ടി, ദേഹത്ത് അകിലിന്റെ പുക ഏല്പിക്കണം. നെയ്യ് ചേർത്തുണ്ടാക്കിയ മാംസരസം, പുഷ്ടിയുള്ള ജന്തുക്കളുടെ മാംസം, ശർക്കരകൊണ്ടോ അരിപ്പൊടികൊണ്ടോ ഉണ്ടാക്കിയ മദ്യം, ഗോതമ്പ്, അരിപ്പൊടി, ഉഴുന്ന്, കരിമ്പിൻ നീര്, പാല് ഇവകൊണ്ടുണ്ടാക്കിയ വിവിധ പലഹാരങ്ങൾ എന്നിവ കഴിക്കണം.

സ്നാനം, ശൗചം ഇത്യാദികൾക്കൊക്കെ ചൂടുവെള്ളം ഉപയോഗിക്കണം. കട്ടിയുള്ള പുതപ്പ് പുതച്ച് ഉറങ്ങണം, വെയിൽ കൊള്ളുക, വിയർപ്പിക്കുക എന്നിവ ചെയ്യണം. പാദരക്ഷകൾ ധരിച്ചേ സഞ്ചരിക്കാവൂ. ഗൃഹാന്തരീക്ഷം തപ്തമാക്കാൻ സംവിധാനമുണ്ടാക്കണം. വടക്കൻ കാറ്റ് ഏല്ക്കാതെ ശ്രദ്ധിക്കണം.

വർജ്ജിക്കേണ്ടവ

മധുരം, അമ്ലം, ലവണങ്ങൾ, പകലുറക്കം, അല്പഭക്ഷണം, തണുത്ത വെള്ളം, തണുത്ത ആഹാര-പാനീയങ്ങൾ, വടക്കൻ കാറ്റേല്ക്കുന്നത്.

ശീലിക്കേണ്ടവ

ആഹാരപാനീയങ്ങൾ

തിക്തം (കയ്പ്), ഊഷണം (എരിവ്), കഷായം (ചവർപ്പ്) ഇവ അധികരിച്ച ഭക്ഷണം. മധുര-അമ്ല-ലവണങ്ങളുള്ള ഭക്ഷണം കുറച്ചുമാത്രം. ചെന്നെല്ലരിച്ചോറ്, ഗോതമ്പ്, അരിപ്പൊടി, ഉഴുന്ന്, കരിമ്പിൻ നീര്, പാല് ഇത്യാദികൾ കൊണ്ടുള്ള പലഹാരങ്ങൾ, ചെറുചൂടുള്ള വെള്ളം സ്നാന-ശൗചാദികൾക്കും കുടിക്കുവാനും നെയ്യ് ചേർത്ത് സംസ്കരിച്ച മാംസരസം പുഷ്ടിയുള്ള ജന്തുക്കളുടെ മാംസം.

വിഹാരങ്ങൾ

കട്ടിയുള്ള പുതപ്പ് പുതയ്ക്കണം. (പ്രാവാരം, അജിനം, കൗശേയം, പ്രവേണി, എന്നിങ്ങനെ പുതപ്പുകളുടെ പേരുകൾ പറയുന്നുണ്ട്.) വെയിൽ കൊള്ളണം, വിയർപ്പിക്കണം, പാദരക്ഷകൾ ഉപയോഗിക്കണം, കുങ്കു

മപ്പൂവോ, അകിലോ അരച്ച് ദേഹത്ത് പൂശി അഷ്ടഗന്ധം പുക ശരീരത്തിലേല്പിക്കണം, പ്രഭഞ്ജനം, ധാന്വന്തരം കുഴമ്പ്, ബലാഗുളുച്യാദി തൈലം ഇവയിലേതെങ്കിലും ശരീര അഭ്യംഗത്തിനും തലയിൽ ധാന്വന്തരം എണ്ണ, ക്ഷീരബലതൈലം ഇത്യാദികളേതെങ്കിലും തേച്ചും വേണം കുളിക്കാൻ.

പ്രാവാരം	-	ഉത്തരീയം, മേല്പുടവ, നല്ലവണ്ണം മറയ്ക്കുന്നത്, രണ്ടാം മുണ്ട് എന്നിങ്ങനെ അർത്ഥങ്ങളുണ്ട്.
അജിനം	-	ഇരിക്കുന്നതിനും മൂടുന്നതിനും ഉപയോഗിക്കുന്ന ചർമ്മം, മൃഗത്തിന്റെ തോല്, മാൻതോൽ എന്നിങ്ങനെയുള്ളവയ്ക്ക് അജിനം എന്ന് പറയുന്നുണ്ട്.
കൗശേയം	-	പട്ടുനൂൽപ്പുഴുവിൽനിന്നും ഉണ്ടാക്കുന്നത്; പട്ടുവസ്ത്രം.
പ്രവേണി	-	രോമങ്ങൾ (കമ്പിളി) കൊണ്ടുണ്ടാക്കിയ വസ്ത്രം.

പ്രാവൃട്

(സെപ്തംബർ 23 മുതൽ നവംബർ 21 വരെ;
കന്നി 7 മുതൽ വൃശ്ചികം 6 വരെ)

കേരളത്തിലെ കാലാവസ്ഥയിൽ ശിശിരം വരുന്നില്ല. പകരം രണ്ടു മഴക്കാലമുള്ളതിൽ തുലാവർഷമാണ് പ്രാവൃട് കാലം. *സുശ്രുത സംഹിത*യിൽ പ്രാവൃട് വിവരിച്ചിട്ടുണ്ട്.

വർഷകാലം തന്നെയാണ് പ്രാവൃട്. പ്രകൃഷ്ടമായ വൃട്ടോടുകൂടിയത് - പ്രാവൃട്. വൃട്-വർഷണം. പ്രകൃഷ്ടത്തിന് - പ്രധാനമായ, മേന്മയുള്ള, നീണ്ട, ശ്രേഷ്ഠമായുള്ള എന്നിങ്ങനെ അർത്ഥങ്ങളുണ്ട്.

കേരളത്തിലെ കാലാവസ്ഥയ്ക്കനുസരണം രണ്ടു മഴക്കാലം ഋതുക്കളിൽ ഉൾപ്പെടുത്തിയതിൽ ആദ്യത്തേതായ ഇടവപ്പാതിക്കാലം വർഷ ഋതുവായും രണ്ടാമത്തേതായ തുലാവർഷക്കാലം 'പ്രാവൃട്' എന്ന ഋതുവായും പരിഗണിച്ചിരിക്കുന്നു. ഇടവപ്പാതി മഴക്കാലം കഴിഞ്ഞ് (ഇടവം 8 മുതൽ കർക്കടകം 7 വരെ) മഴയും വെയിലും ഏതാണ്ട് തുല്യമാകുന്ന ശരത്ക്കാലവും കഴിഞ്ഞ് (കർക്കിടകം 8 മുതൽ കന്നി 6 വരെ) തുലാവർഷ മഴ ഉണ്ടാകുന്നു. (കന്നി 7 മുതൽ വൃശ്ചികം 6 വരെ) അതു കഴിഞ്ഞാൽ ഹേമന്തത്തിലെ തണുപ്പ് ആരംഭിക്കുന്നു. തുലാവർഷ മഴയുടെ കാലമാണ് 'പ്രാവൃട്'. കൊന്നപ്പും മെതിയും കഴിഞ്ഞ് മലയാളികളുടെ ദേശീയോത്സവമായ 'ഓണം' ശരദൃതുവിൽ വന്നുപോയിക്കഴിഞ്ഞു. അടുത്ത മഴയും തുടങ്ങി. അങ്ങനെ കേരളത്തിന്റെ പ്രകൃതിയിലേക്ക് പ്രാവൃട് കടന്നുവരുന്നു. സൗത്ത്-വെസ്റ്റ് മൺസൂൺ, വർഷ ഋതുകഴിഞ്ഞ് ഹേമന്തത്തിൽ ശമിച്ചിരുന്നത്, പ്രാവൃട്ടിൽ തുലാവർഷമായി

കേരളത്തിൽ പെയ്യുകയാണ്.

പ്രാവൃട് ഋതുവും വർഷ ഋതുവും പ്രത്യേകം പ്രത്യേകമായിത്തന്നെ സുശ്രുതൻ വിവരിച്ചിട്ടുണ്ട്. അതനുസരിച്ച് പ്രാവൃട്ടിൽ ആകാശം മൂടിക്കെട്ടിയിരിക്കും-പടിഞ്ഞാറൻ കാറ്റ് ശക്തിയാകുന്നതിനാൽ മേഘങ്ങൾ കൂട്ടിമുട്ടി ഭയങ്കരമായ ഇടിയും മിന്നലും ഉണ്ടാകും. എന്നാൽ മഴകുറഞ്ഞിരിക്കും. ഭൂമിക്ക് പ്രാവൃട് കാലത്ത് പച്ചപ്പുണ്ടാകും. ഭൂമി ഇന്ദ്രഗോപപ്പുഴുക്കളാൽ (ഒരുതരം ചുവന്ന പുഴുക്കൾ) ജ്വലിച്ചിരിക്കും. വെള്ളക്കടമ്പ്, നീലക്കടമ്പ്, കുടകപ്പാല, പയിൻമരം, പൂക്കൈത ഇവ പുഷ്പിക്കുന്നതിനാൽ ഭൂമി മനോഹരമായിരിക്കും- എന്നിങ്ങനെയുള്ള സുശ്രുതന്റെ വർണ്ണന കേരളത്തിലെ തുലാവർഷത്തിന്റെ പ്രകൃതത്തോട് യോജിക്കുന്നതാണ്.

വർഷ ഋതു ദക്ഷിണായനകാലത്തിന്റെ ആദ്യവും പ്രാവൃട് ഋതു ദക്ഷിണായനത്തിന്റെ അവസാനവുമാണ് വരുന്നത്. ഗ്രീഷ്മ ഋതുവിന് പിന്നാലെയാണല്ലോ വർഷ ഋതു പ്രത്യക്ഷപ്പെടുന്നത്. എന്നാൽ മഴക്കാലമാണെങ്കിലും 'പ്രാവൃട്' സാമാന്യം പ്രസന്നമായ ശരത് ഋതുവിന് പിന്നാലേ വരുന്നു. (അശ്വതി-കാർത്തിക മാസങ്ങളിൽ; കന്നി-തുലാം) പ്രാവൃടിൽ, വർഷ ഋതുവിൽനിന്നും തികച്ചും ഭിന്നമായ ഭൗമാന്തരീക്ഷമാണുള്ളത്. അതിതീവ്രമായ വേനലിൽ ഭൂമി ചുട്ടുപഴുത്ത സ്ഥിതിയിലേക്ക് മഴ പതിക്കുന്നതിനാൽ വർഷ ഋതുവിൽ അമ്ലോല്പത്തികരമായ പ്രത്യാഘാതങ്ങൾ സംഭവിക്കുന്നു. പ്രാവൃടിൽ ഇങ്ങനെ സംഭവിക്കുന്നില്ല. പ്രാവൃടിനുശേഷം ഹേമന്ത ഋതുവരുന്നതുകൂടി കണക്കാക്കിയാൽ വിസർഗ്ഗകാലത്തിൽ (ദക്ഷിണായനം) വർഷ ഋതുവിന്റെ അവസാനങ്ങളും ശരത് പ്രാവൃട് ഹേമന്തങ്ങളും ഉൾപ്പെടുന്നുണ്ട്. അപ്പോൾ വിസർഗ്ഗകാലത്തിന്റെ ഏകദേശം മദ്ധ്യത്തിലാണ് പ്രാവൃട് എന്ന് മനസ്സിലാക്കാവുന്നതാണ്. ചന്ദ്രൻ പ്രബലനാണ്. ആദിത്യൻ ശക്തി ക്ഷയിച്ചുമിരിക്കുന്നു. മഴയുടെ സാമാന്യം തണുപ്പും പടിഞ്ഞാറൻ കാറ്റുമുണ്ട്. എന്നാൽ മഴയ്ക്ക് വർഷ ഋതുവിലെ അത്ര തീവ്രതയില്ല. തൊട്ടടുത്ത ഹേമന്ത ഋതുവിൽ കഫം കട്ടിയായിപ്പോകുന്ന തരത്തിൽ 'ശീത'മാണുള്ളതെങ്കിൽ പ്രാവൃട്ടിൽ അത്രയും തണുപ്പില്ലതാനും; ശരത് ഋതുവിൽ കോപിച്ചിരുന്ന പിത്തത്തെ ശമിപ്പിക്കാൻ പോന്ന ശീതസാഹചര്യവുമുണ്ട്. വർഷഋതുവിനോളം വാതകദോഷകോപ സാദ്ധ്യതയില്ല. ചുരുക്കത്തിൽ പിത്തശമനവും സംഭവിക്കുന്നു. എന്നാൽ വാതകഫ ദോഷങ്ങൾക്ക് പ്രത്യേകിച്ച് ദൂഷണം സംഭവിക്കുന്നില്ല. ഇതാണ് പ്രാവൃട്ടിലെ ദോഷസ്ഥിതി. ഇടയ്ക്കിടക്കുണ്ടാകുന്ന വെയിൽ, കഫവാതദോഷങ്ങൾക്ക് ചയമുണ്ടാകാതെ സമസ്ഥിതിയിൽ നിലനിർത്തുന്നുണ്ടെന്ന് പറയാം. ഒരു പകലൊടുങ്ങുന്ന സായാഹ്നത്തിന്റെ ലക്ഷണങ്ങളാണ് പ്രാവൃട്ടിന്റേത്. ഒരു രാത്രിയുടെ ആദ്യഘട്ടലക്ഷണമാണ് വർഷത്തിന്റേത്. എന്നിരുന്നാലും മഴയുടെ നിഷേധിക്കാൻ കഴിയാത്ത സാന്നിദ്ധ്യം കണക്കിലെടുത്ത് വർഷ

ഋതുവിലെ അനുഷ്ഠാനങ്ങൾ കുറഞ്ഞ രീതിയിൽ പ്രാവൃടിൽ ആചരിക്കുകയാണ് ഉചിതം. സുശ്രുതൻ അതിങ്ങനെ വ്യക്തമാക്കുന്നു. 'ഭൂമിയിൽ വെള്ളത്തിന്റെ സംസർഗ്ഗത്താൽ തണുത്തകാറ്റിന്റെയും മഴയുടെയും സ്വഭാവമായി വാതം വർദ്ധിക്കുകയും തജ്ജന്യങ്ങളായ രോഗങ്ങളുണ്ടാകുകയും ചെയ്യുന്നു.'

പ്രാവൃടിന്റെ മറ്റൊരു പ്രത്യേകത

അശ്വതി നക്ഷത്രം ചേർന്ന് വരുന്ന വെളുത്ത വാവിന്റെ മുൻപിലത്തെ പ്രതിപദം മുതൽ കറുത്തവാവ് വരെയുള്ള മാസമായ ആശ്വയൂജമാസം (അല്പശി) പ്രാവൃട് ഋതുവിലാണ് ഉൾപ്പെടുന്നത്. (രണ്ടാമത്തേത് കാർത്തികമാസം). മഴവെള്ളം ഗാംഗമെന്നും സാമുദ്രമെന്നും രണ്ടുതരമായി വിഭജിച്ചിട്ടുള്ളതിൽ ഗാംഗം മാത്രമാണല്ലോ പാനയോഗ്യമായിട്ടുള്ളത്. സാമുദ്രം കുടിക്കുവാൻ പാടില്ല എന്ന നിർദ്ദേശവുമുണ്ട്. എന്നാൽ 'സാമുദ്രം' എന്ന മഴയാണ് അഥവാ പെയ്യുന്നതെങ്കിൽ പോലും ആശ്വയൂജമാസത്തിൽ, ആകാശം നിർമ്മലവും അശ്വതീനക്ഷത്ര പ്രസരവും അശ്വതിനക്ഷത്രത്തോടുകൂടി പൗർണ്ണമി വരുന്നതിനാലാണ് ആശ്വയൂജ മാസമെന്ന പേരുള്ളത് - അല്പശി എന്നും ഈ മാസത്തെ പറയും. അഗസ്ത്യ നക്ഷത്ര ഉദയമുള്ള കാലമെന്ന പ്രത്യേകതയാൽ അതിന്റെ രശ്മികളുടെ സാന്നിദ്ധ്യവുംകൊണ്ട് ഈ മഴവെള്ളം നിർവ്വിഷമാകുന്നുണ്ട്. (അഗസ്ത്യനക്ഷത്ര രശ്മികൾക്ക് വിഷത്തെ നിർവ്വീര്യമാക്കാനുള്ള കഴിവുണ്ടെന്ന് പ്രാചീനജ്യോതിശാസ്ത്രമതം) അതുകൊണ്ട് സാമുദ്രമെന്ന മഴവെള്ളമാണെങ്കിലും പ്രാവൃട്ടിലേത് കുടിക്കാം. എന്നിരുന്നാലും 'ഗാംഗം' എന്ന മഴയ്ക്കാണ് പ്രവൃട്ടിൽ സാദ്ധ്യത കൂടുതൽ. ഗാംഗ - സാമുദ്രജലപരീക്ഷണം പറയുന്നിടത്ത് വാഗ്ഭടൻ ഇത് വ്യക്തമാക്കുന്നുണ്ട്.

വെള്ളിപ്പാത്രത്തിൽ വച്ച് നിർമ്മലമായ ചെന്നെല്ലരിച്ചോറ് മഴവെള്ളമേല്പിച്ചാൽ നുലയാതെയും നിറഭേദം വരാതെയുമിരുന്നാൽ ആ മഴവെള്ളം ഗാംഗമാണെന്നറിയണം; ചോറിനു നിറഭേദവും നുലവുമുണ്ടായാൽ ആ പെയ്തമഴ സാമുദ്രമാണ്. അത് (സാമുദ്രം) ആശ്വയൂജമാസത്തിലുള്ളതല്ലാതെയുള്ളത് കുടിക്കരുത്. ഇതാണ് പരീക്ഷണവും നിർദ്ദേശവും. കേരളത്തിൽ ആശ്വയൂജമാസം പ്രാവൃട്ടിൽ വരുന്നു. ഉത്തരഭാരതത്തിൽ ഇത് ശരദൃതുവിലും വരുന്നു. (ഋതു കലണ്ടർ കാണുക)

വർജ്ജിക്കേണ്ടവ

വാതകവർദ്ധകമായിട്ടുള്ളവയെല്ലാം

കഠിനാദ്ധ്വാനം, മൈഥുനം, രാത്രി ഉറക്കമൊഴിയുന്നത്, എരിവ്,

കയ്പ്, ചവർപ്പ്, രസമുള്ളതും ലഘുവും ശീതവീര്യമുള്ളതുമായ ആഹാരപാനീയങ്ങൾ, പകലുറക്കം, ആറ്റുവെള്ളം.

ശീലിക്കേണ്ടവ

ആഹാരപാനീയങ്ങൾ

പഴക്കം ചെന്ന ഗോതമ്പ്, അരി തുടങ്ങിയ ധാന്യങ്ങൾ, ചെറുപയർ, പരിപ്പിന്റെ യൂഷം ധാന്യങ്ങൾകൊണ്ടുള്ള യൂഷം (വെന്തെടുത്ത വെള്ളം വ്യഞ്ജനങ്ങൾ ചേർത്ത് സംസ്കരിച്ചത്) പരിപ്പുകറി, തിളപ്പിച്ചാറ്റിയ മഴവെള്ളം, കിണറുവെള്ളം, ഊറ്റുവെള്ളം, മധുരം, അമ്ലം, ലവണം, അധികരിച്ച ഭക്ഷണപാനീയങ്ങൾ, പുളിയും ഉപ്പും നെയ്യും ചേർത്തതും ഉരുട്ടിക്കഴിക്കാവുന്നവിധം വേവിച്ചെടുത്തു തേൻ ചേർത്തെടുത്തതുമായ ആഹാരങ്ങൾ.

വിഹാരങ്ങൾ

പാദരക്ഷകൾ ധരിച്ചേ സഞ്ചരിക്കാവൂ, വസ്ത്രങ്ങൾ പുകച്ചു ചൂടേല്പിച്ചത് ധരിക്കണം. വീടും പരിസരവും അപരാജിതചൂർണ്ണമോ പലങ്കഷാദിചൂർണ്ണമോ കനലിലിട്ട് പുകയ്ക്കണം. (ക്ഷുദ്ര ജീവികൾ എന്ന പ്രകരണത്തിൽ വിവരിച്ചിട്ടുണ്ട്.) എലി, ഈച്ച, കൊതുക് തുടങ്ങിയവ വർദ്ധിക്കാത്തവണ്ണം മുൻകരുതലുകൾ സ്വീകരിക്കണം, അഷ്ടഗന്ധം പുക ശരീരത്തിലേല്പിക്കണം.

ഋതുസന്ധിയും വ്യാധിക്ഷമത്വവും

ഒരു ഋതു അവസാനിച്ച് അടുത്ത ഋതു വരുന്നതിന്റെ ഇടയ്ക്കുള്ള കാലം ഋതുസന്ധി എന്ന് നിശ്ചയിച്ചിരിക്കുന്നു. പോകുന്ന ഋതുവിന്റെ അവസാനത്തെ ഏഴുദിവസവും വരുന്ന ഋതുവിന്റെ ആദ്യത്തെ ഏഴുദിവസവും ചേർത്തുള്ള 14 ദിവസങ്ങളാണ് ഋതുസന്ധിദിനങ്ങൾ. വ്യാധിക്ഷമത്വം (രോഗപ്രതിരോധശേഷി) എന്നത് പ്രകൃതിസാഹചര്യങ്ങളുമായി സാത്മ്യപ്പെടലാണല്ലോ? ഋതുക്കളിന്മേലുള്ള ഈ സാത്മ്യത നേടേണ്ടത് ഋതുസന്ധികാലത്താണ്. സാത്മ്യത ക്രമേണ സാവകാശത്തിൽ നേടിയെടുക്കുവാനാണ് ഋതുസന്ധിയെ പ്രയോജനപ്പെടുത്തുന്നത്. ഒരു ഋതുവിൽ സാത്മ്യമാക്കിയെടുത്ത രസങ്ങളെ രുചികളെ-പെട്ടെന്ന് ഉപേക്ഷിച്ച് അടുത്ത ഋതുവിനുള്ള രസങ്ങൾ സ്വീകരിക്കുന്നത് ശരീരത്തിന് വിഷമതകളുണ്ടാക്കും. ദോഷങ്ങളെ ദുഷിപ്പിച്ചുണ്ടാകാവുന്ന ഇത്തരം പ്രത്യാഘാതങ്ങളെ തടയുകയാണ് ഋതുസന്ധിയിലെ ശീലനങ്ങൾകൊണ്ട് സാധിക്കുന്നത്. മുൻപിലത്തെ ഋതുവിലെ ശീലങ്ങൾ അവസാനത്തെ ഏഴുദിവസംകൊണ്ട് ക്രമേണ കുറച്ചുകൊണ്ട് അടുത്ത ഋതുവിലെ ചര്യകളെ അതിന്റെ തുടക്കത്തിലെ ഏഴു ദിവസങ്ങൾകൊണ്ട് ക്രമേണ

ശീലിക്കണം. (വിഹാരങ്ങൾക്കും - പ്രവൃത്തികൾ - ഇതു ബാധകമാണ്.)

കോപിച്ചിരിക്കുന്ന ദോഷങ്ങൾ വിവിധ വിധത്തിലുള്ള ലക്ഷണങ്ങളോടുകൂടി എണ്ണത്തിട്ടപ്പെടുത്താൻ കഴിയാത്തവണ്ണം അസംഖ്യങ്ങളായ രോഗങ്ങളുണ്ടാക്കി അവയാൽ ശരീരത്തെ തപിപ്പിക്കുന്നു എന്ന ആയുർവ്വേദമതം ഋതുസന്ധിയിലെ സ്വീകാര്യ-വർജ്ജന ശീലനത്തിൽ മാത്രമല്ല ദേശം വിട്ടു താമസിക്കുന്നവരിലുണ്ടാകുന്ന ആഹാര-വിഹാര വ്യതിയാനങ്ങളെ സാത്മ്യപ്പെടുത്തിയെടുക്കേണ്ടതിന്റെയും കുടുംബംവിട്ട് മറ്റുകുടുംബങ്ങളിലെ ആഹാര-വിഹാരാദികൾ ശീലിക്കുമ്പോൾ സ്വീകരിക്കേണ്ട രീതിയുടെയും ഒരു ചൂണ്ടുപലകയായി ഈ ഋതുസന്ധിശീലന നിർദ്ദേശത്തെ കാണണം. ചിക്കുൻഗുനിയ, ഡെങ്കിപ്പനി, എലിപ്പനി, വൈറൽ പനി രോഗങ്ങളൊക്കെയും ഋതുസന്ധി കാലഘട്ടത്തിലാണ് പരക്കെ പടർന്നുപിടിക്കുന്നതെന്ന് സൂക്ഷ്മമായി നിരീക്ഷിച്ചാൽ മനസ്സിലാക്കാൻ കഴിയും.

പ്രാവൃട് പരിഗണിച്ച് കേരളീയരുടെ വ്യാധിക്ഷമത (രോഗപ്രതിരോധശേഷി) സ്ഥിതി

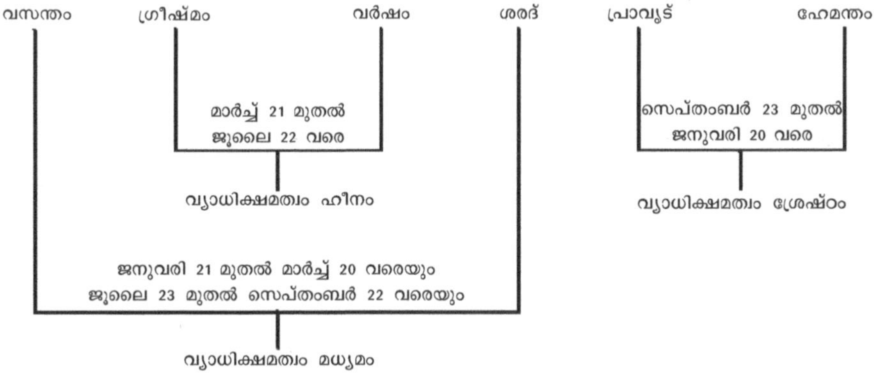

മാർച്ച് 21 മുതൽ ജൂലൈ 22 വരെ വ്യാധിക്ഷമത്വം കുറഞ്ഞിരിക്കുന്നതിനാൽ വിവിധ തരം രോഗങ്ങൾ കേരളീയരെ ബാധിക്കും. ജനുവരി 21 മുതൽ മാർച്ച് 20 വരെയുള്ള കാലത്തിലും ജൂലൈ 23 മുതൽ സെപ്തംബർ 22 വരെയുള്ള കാലത്തിലും വ്യാധിക്ഷമത്വം മദ്ധ്യമസ്ഥിതിയിലായിരിക്കും എന്നതിനാൽ രോഗങ്ങൾ താരതമ്യേന കുറഞ്ഞിരിക്കും. സെപ്തംബർ 23 മുതൽ ജനുവരി 20 വരെ വ്യാധിക്ഷമത്വം ശക്തമായതിനാൽ രോഗങ്ങൾ സർവ്വസാധാരണമായിരിക്കുകയില്ല. തീരെ അശ്രദ്ധമായി ജീവിക്കുന്നവർക്കേ ഇക്കാലത്ത് രോഗബാധയുണ്ടാവുകയുള്ളൂ.

വ്യാധിക്ഷമത്വത്തിലുണ്ടാകുന്ന ഈ ഏറ്റക്കുറവുകൾ പരിഹരിച്ച്, കാലാവസ്ഥാവ്യതിയാനങ്ങളെ അതിജീവിച്ച് വ്യാധിക്ഷമത്വം ഏത് ഋതുവിലും ദീപ്തമാക്കി നിലനിർത്തുന്നതിനാണ് ആയുർവ്വേദത്തിൽ ഋതുചര്യകൾ വിവരിച്ചിട്ടുള്ളത്. ജീവിതം ഋതുവിനനുസരിച്ച് ചിട്ടപ്പെടുത്തുക എന്നതു തന്നെയാണ് ഫലപ്രദമായ രോഗപ്രതിരോധമാർഗ്ഗം.

9 789386 637734

Printed by Libri Plureos GmbH in Hamburg,
Germany